வெற்றி எட்டுத் திக்கும்!

வெற்றி எட்டுத் திக்கும்!

என். சொக்கன்

ZDP SPECIFICS

Title: Vetri Ettuthikkum
Author's Name: N Chokkan

Published by ZDP Specifics

ZDP
SPECIFICS

(An imprint of Zero Degree Publishing)
No. 55(7), R Block, 6th Avenue,
Anna Nagar,
Chennai - 600 040

Website: www.zerodegreepublishing.com
E Mail id: zerodegreepublishing@gmail.com
Phone: 89250 61999

ZDP Specifics First Edition: August 2022

ISBN: 978-93-93882-06-6
TITLE NO EP: 21

Rs.

Cover Design & Layout: Vijayan,Creative Studio
Printed in India

பொருளடக்கம்

முன்னுரை

வெற்றி எங்கிருந்து வருகிறது? யாருக்குக் கிடைக்கிறது?

நிறையப் படித்தவர்கள்தான் ஜெயிக்கமுடியுமா? பெரிய பணக்காரக் குடும்பத்தில் வந்தவர்கள்தான் ஜெயிக்கமுடியுமா? நகரவாசிகள்தான் ஜெயிக்கமுடியுமா? ஆண்கள்தான் ஜெயிக்கமுடியுமா? இளைஞர்கள்தான் ஜெயிக்கமுடியுமா? அழகானவர்கள்தான் ஜெயிக்கமுடியுமா? உயரமானவர்கள்தான் ஜெயிக்கமுடியுமா? வளரும், வளர்ந்த நாடுகளில் உள்ளவர்கள்தான் ஜெயிக்கமுடியுமா? ஸ்டைலாக ஆங்கிலம் பேசுகிறவர்கள்தான் ஜெயிக்கமுடியுமா? வேலைக்குப் போகிறவர்கள்தான் ஜெயிக்கமுடியுமா? சொந்தத் தொழில் தொடங்கி நடத்துபவர்கள்தான் ஜெயிக்கமுடியுமா?

இப்படிக் கேள்விகளுக்கு அவசியமே இல்லை. முனைப்பிருந்தால் யாராலும் ஜெயிக்கமுடியும். இதுதான் சரித்திரம் திரும்பத் திரும்பச் சொல்லும் உண்மை.

இதனை நிரூபிக்கும்விதமாகவே இந்தப் புத்தகம் தொகுக்கப்பட்டுள்ளது. நீங்கள் சற்றும் எதிர்பாராத பின்னணியிலிருந்து வந்தவர்களெல்லாம் ஜெயித்த கதையைப் படிப்படியாகச் சொல்லித்தருகிறது, அவற்றை நாம் பின்பற்றுவதற்கான பாடங்களை எடுத்துரைக்கிறது!

உதாரணமாக,

★ ஓர் ஆப்பிரிக்கச் சிறுவன், படிப்பறிவு அதிகமில்லை, பரம

ஏழை, அவன் சொந்தமாக ஒரு காற்றாலை அமைத்து உலகப் பிரபலமாகிறான். எப்படி?

- ★ இன்னொரு சிறுவன், பதினேழு வயதில் எவரெஸ்ட்மீது ஏறி ஜெயிக்கிறான். எப்படி?
- ★ வேறொரு சிறுவன், பன்னிரண்டு வயதில் சொந்தமாகப் பத்திரிகை நடத்துகிறான். எப்படி?
- ★ அடிதடி கேஸில் ஜெயிலுக்குள் வந்த கைதிகள், விவசாயிகளாகித் தங்களைப் பண்படுத்திக்கொள்கிறார்கள். எப்படி?
- ★ இன்னொருவர், ரௌடிகளைத் திருத்துவதற்குக் கிரிக்கெட்டைப் பயன்படுத்துகிறார். எப்படி?
- ★ அமெரிக்காவில் ஒருவருக்கு உலகம்முழுக்க லட்சக்கணக்கில் சிஷ்யர்கள். எப்படி?
- ★ நடமாடும் நூலகம் கேள்விப்பட்டிருக்கிறோம், கழுதைமேல் நடமாடும் நூலகத்தை நடத்துகிறார் ஒருவர். எப்படி?
- ★ இன்னும் சிலர், தங்கள் வீட்டு வாசலில் குட்டி நூலகங்களை அமைத்து அறிவைப் பரப்புகிறார்கள். எப்படி?
- ★ சக்கர நாற்காலிகளில் வலம் வருகிற ஒருவருடைய உலகம் மிகச் சிறியதாகச் சுருங்கிவிடுகிறது. அதை விரிவுபடுத்தும் முயற்சியில் விழிப்புணர்வைப் பரப்புகிறார்கள் சிலர். எப்படி?
- ★ தங்கள் வருமானத்தில் ஒரு சிறு பகுதியைச் சமூக நலனுக்காகத் தரலாம், 1% போதும் என்கிறார்கள் சிலர். எப்படி?
- ★ மூன்று ரூபாய் செலவழித்துக் கோடீஸ்வரி ஆனார் ஒருவர். எப்படி?
- ★ ஆறு நாளில் ஒரு வீடு கட்டுகிறார்கள். எப்படி?
- ★ பெண்கள் திருமணமானபின், குழந்தை பிறந்தபின் வீட்டுக்குள் முடங்கியிருக்கவேண்டியதுதான் என்று

பலர் சொல்லிக்கொண்டிருக்கையில், அதை ஏற்க மறுத்து முன்னேறுகிறார்கள் பலர். எப்படி?

- ★ ஒரு தம்பதிக்கு மூன்று பெண் குழந்தைகள், அவர்கள் மூவரையுமே சர்வதேச செஸ் சாம்பியன்களாக, பெரிய ஜீனியஸ்களாக உருவாக்குகிறார்கள். எப்படி?
- ★ சைக்கிளில் கிராமம் கிராமமாகச் சென்று, தொழில்நுட்பத்தின் உதவியுடன் மக்களுக்கு உதவிவருகிறார்கள் சில பெண்கள். எப்படி?
- ★ குப்பைத் தொட்டியில் எச்சில் இலைகளுக்காகச் சண்டையிடும் சிறுவர்களைப் பார்க்கிறார் ஒருவர், அதனால் துயரப்பட்டு அவர் உருவாக்கிய ஓர் அமைப்பு இன்றைக்கு லட்சக்கணக்கானோருக்குச் சாப்பாடு போட்டுக்கொண்டிருக்கிறது. எப்படி?
- ★ ஒரு புதுமையான கண்டுபிடிப்பு, ஐம்பது ஆண்டுகள் யாரும் சீண்டாமல் மூலையில் கிடந்தது. திடீரென்று அது சூப்பர் ஹிட் ஆனது. எப்படி?
- ★ மும்பையில் சில எளிய தொழிலாளிகள் பிரமாதமான நெட்வொர்க் அமைத்து ஊருக்கே சாப்பாடு போடுகிறார்கள். எப்படி?

இப்படி இந்தப் புத்தகம்முழுவதும் சுவாரஸ்யமான கதைகள், செய்திகள், அத்தனையும் நிஜத்தில் நடந்தவை என்பதுதான் விசேஷம். இவை தருகிற வெற்றிப் பாடங்களைப் படிக்கப் படிக்க, நம்மாலும் ஜெயிக்கமுடியும் என்கிற உத்வேகம் வருவது நிச்சயம்.

வெற்றி எட்டுத் திக்கிலும் இருக்கிறது, எல்லாருக்கும் கிடைக்கிறது, எடுத்துக்கொள்வது நம் சாமர்த்தியம்!

என்றும் அன்புடன்,
என். சொக்கன்

1. காற்று நாயகன்

மின்சாரம் இல்லாமல் ஒரு நாள், அவ்வளவு வேண்டாம், ஒரு மணி நேரத்தையாவது உங்களால் கற்பனை செய்துபார்க்கமுடியுமா?

நமக்கெல்லாம், மின்சாரம் என்பது அத்தியாவசியத் தேவை. ஆனால் உலகெங்கும் பல கிராமங்களில், இன்னும் அது ஓர் ஆடம்பரமாகவே இருக்கிறது. மாலைச் சூரியன் மங்கிவிட்டபிறகு கும்மிருட்டிலேயே வாழப் பழகிவிட்ட ஏழைகள் பல கோடிப் பேர்.

வில்லியம், அவர்களில் ஒருவன்.

விவசாயத்தை நம்பிப் பிழைக்கும் குடும்பம் அவனுடையது. நாள்முழுக்க வயலில் வேலை செய்வார்கள், ராத்திரியானால் அரை வயிறு சாப்பிட்டுப் படுத்துவிடுவார்கள், மறுநாள் விடிந்ததும், மீண்டும் வேலை எலும்பை முறிக்கும், நடுவில் கொஞ்சூண்டு வறட்சி, பஞ்சம் வந்துவிட்டால் போச்சு, வீட்டில் எல்லோரும் பட்டினி கிடக்கவேண்டியதுதான்.

இத்தனை சிரமத்துக்கு நடுவிலும், அவர்கள் எப்படியோ கஷ்டப்பட்டு வில்லியமைப் படிக்கவைத்தார்கள். பள்ளியில் அவனுடைய ஃபேவரிட் பாடம், அறிவியல்!

2002ம் வருடம், வில்லியம் வாழ்ந்த மலாவி நாட்டில் கடும் பஞ்சம். மக்கள் சாப்பாட்டுக்கு, குடிநீருக்கு வழியில்லாமல் அங்கும் இங்கும் அலைமோதினார்கள், ஆயிரக்கணக்கானவர்கள் பசி, தாகம் தாங்காமலே உயிரை விட்டார்கள்.

இந்த நிலைமையில், வில்லியமின் வீட்டாருக்கு வேறு வழி தெரியவில்லை, 'தம்பி, இனிமேலும் உன்னைப் படிக்கவைக்க எங்களால முடியாது, நாளைலேர்ந்து நீ ஸ்கூலுக்குப் போகவேண்டாம்' என்று சொல்லிவிட்டார்கள்.

சிறுவன் வில்லியமுக்கு எதார்த்தம் புரிந்தது. ஆனாலும் தொடர்ந்து படிக்கவேண்டும் என்றுதான் விரும்பினான் அவன்.

'உனக்குமுன்னாடி படிச்சவங்களுக்கே வேலையைக் காணோம், நீ படிச்சு என்னத்தைக் கிழிக்கப்போற? ஒழுங்கா ஏதாவது வேலை செஞ்சு அஞ்சோ பத்தோ சம்பாதிக்கிற வழியைப் பாரு.'

அந்த ஊரில், புகையிலை விவசாயம்தான் முக்கியத் தொழில். பதினாலு வயதுப் பையனுக்கு என்ன பெரிய வேலை கிடைத்துவிடும்?

வில்லியம் தவிப்போடு ஊரைச் சுற்றிவந்தான். அவனுக்கு எப்படியாவது படிப்பைத் தொடரவேண்டும் என்றுதான் ஆசை. ஆனால் ஸ்கூல் ஃபீஸ், வருடத்துக்குச் சுமார் நான்காயிரம் ரூபாய், அவ்வளவு காசுக்கு வில்லியம் எங்கே போவான்?

சரி, பள்ளிக்கூடம்தான் இல்லை, ஊரில் ஒரு லைப்ரரி இருக்கிறதே, அங்கே உள்ள புத்தகங்களைப் படித்துக் கொஞ்சமாவது அறிவை வளர்த்துக்கொள்ளலாமே!

வில்லியம் தினமும் நூலகத்துக்குச் செல்ல ஆரம்பித்தான். அங்கே பலதரப்பட்ட புத்தகங்களைத் தேடிப் பிடித்துப் படிக்கத் தொடங்கினான்.

அப்போதுதான், '*Using Energy*' என்ற புத்தகம் அவன் கண்ணில் பட்டது. அதில் பலதரப்பட்ட ஆற்றல் சக்திகளைப்பற்றி விரிவாக விளக்கப்பட்டிருந்தது.

வில்லியம் யோசித்தான், 'நம்ம ஊர்லதான் ஏகப்பட்ட காத்து வீசுதே, இதை வெச்சு மின்சாரம் தயாரிக்கலாம்ன்னு இந்த புக்ல போட்டிருக்காங்களே, நாம இதை முயற்சி செஞ்சு பார்த்தா என்ன?'

ஒரு பட்டிக்காட்டுப் பையன், இன்னும் மீசைகூட அரும்பவில்லை, படிப்பைப் பாதியில் நிறுத்தியவன், 'நான் சொந்தமாகக் காற்றாலை அமைக்கப்போகிறேன்' என்றெல்லாம் பேச ஆரம்பித்தால் என்ன ஆகும்?

ஊரில் எல்லோரும் வில்லியமுக்குப் பைத்தியம் பிடித்துவிட்டது என்று முடிவுகட்டினார்கள், 'காற்றிலிருந்து மின்சாரம் எடுக்கமுடியுமா? சும்மா கேனத்தனமா பேசிக்கிட்டுத் திரியாதே' என்று அவனைக் கேலி செய்தார்கள்.

யார் என்ன பேசினாலும், வில்லியமின் நம்பிக்கைமட்டும் குறையவில்லை. அந்தப் புத்தகத்தில் சொல்லியிருக்கிறபடி ஒரு காற்றாலையை அமைத்துவிடவேண்டும் என்று தீர்மானித்தான், உடனடியாக அதற்கான வேலைகளில் இறங்கிவிட்டான்.

ஆனால், காற்றாலை அமைப்பது என்றால் சாதாரண விஷயமா? அதற்கு ஏகப்பட்ட பொருள்கள் தேவைப்படுமே, அவ்வளவையும் வாங்குவதற்கு வில்லியமிடம் ஏது காசு?

வில்லியம் இதை நினைத்துத் தயங்கவில்லை, அப்போதைக்கு அக்கம்பக்கத்தில் என்னென்ன பொருள்கள் கிடைக்கிறது என்று பார்த்தான், அதை வைத்து வேலையை ஆரம்பித்துவிட்டான்.

இப்படிக் காற்றாலைக்கு வில்லியம் பயன்படுத்திய 'ஸ்பேர் பார்ட்ஸ்'களில் சில: உடைந்த சைக்கிள், துருப்பிடித்த இரும்பு, டிராக்டர் உதிரிபாகங்கள், மரக் கட்டைகள், இன்னும் சில துண்டு துக்கடா பொருள்கள். இந்தக் காயலான் கடை சமாசாரங்களை வைத்துக்கொண்டு எப்படியோ ஒரு சின்ன காற்றாலையை உருவாக்கி மின்சார இணைப்புகளும் கொடுத்துவிட்டான் அவன்.

ஆனால், வில்லியமின் காற்றாலையைப் பார்த்த யாரும், அது மின்சாரம் தரும் என்று நம்பவில்லை, பையன் ஏதோ பெரிய சைஸ் விளையாட்டுப் பொம்மையைச் செய்துகொண்டிருக்கிறான் என்றுதான் நினைத்தார்கள், அவனைத் தொடர்ந்து கேலி செய்தார்கள்.

கடைசியாக, அவன் தன்னுடைய காற்றாலையை இயக்கப்போகும் நாள் வந்தது. என்ன நடக்கிறது என்பதைப் பார்ப்பதற்காக ஒட்டுமொத்த கிராமமும் அவன் வீட்டின்முன்னே கூடிவிட்டது.

வில்லியம் மர ஏணிகளில் ஏறினான், ஒன்றிரண்டு மின்சார இணைப்புகளைச் சரிசெய்தான், பொறுமையாகக் காத்திருந்தான்.

சில நிமிடங்களில், காற்று பலமாக வீசியது, வில்லியம் உருவாக்கிய காற்றாலை விசிறி மெல்லச் சுழலத் தொடங்கியது. கொஞ்சம் கொஞ்சமாக அது வேகம் பிடிக்க, அங்கே பொருத்தப்பட்டிருந்த ஒரு விளக்கு 'பளிச்'சென்று எரிந்தது.

கிராம மக்கள் திறந்த வாய் மூடவில்லை. இந்தப் பொடிப்பயல் வெறும் ஓட்டை உடைசல் சாமான்களை வைத்துக்கொண்டு மின்சாரம் தயாரித்துவிட்டானே, இது என்ன மாயமா? மந்திரமா?

'ரெண்டும் இல்லை, அறிவியல்!' என்று புன்னகைத்தான் வில்லியம் கம்க்வாம்பா, 'இதேமாதிரி நான் இன்னும் நிறையக் காற்றாலைகளை உருவாக்கப்போறேன்' வெட்கச் சிரிப்புடன் தன் கனவைச் சொன்னான்.

அதுவரை வில்லியமைக் கிண்டல், கேலி செய்துகொண்டிருந்த கிராமத்தினர், இப்போது அவனுக்கு முழு ஒத்துழைப்பு கொடுக்க ஆரம்பித்தார்கள். அவர்களுடைய ஆதரவுடன் மேலும் இரண்டு, மூன்று காற்றாலைகளை அமைத்து அந்தக் கிராமத்துக்கு மின்விளக்குகள், ரேடியோ, தண்ணீர் இறைத்து ஊற்றும் பம்ப் என்று பல நவீன(?) சமாசாரங்களை அறிமுகப்படுத்திவிட்டான் இந்தச் சிறுவன்.

வில்லியமின் சாதனைகள், உள்ளூர்ப் பத்திரிகைகளில் செய்திகளாக வெளிவந்தன. அதைப் பார்த்துச் சர்வதேச ஊடகங்கள் அவனைக் கொண்டாட ஆரம்பித்தார்கள்.

இன்றைக்கு, வில்லியம் ஓர் உலகப் பிரபலம். பல உலக நாடுகள் அவனை வெற்றிலை பாக்கு வைத்து அழைக்கிறார்கள், ‘எங்க ஊருக்கு வந்து உங்க வெற்றிக் கதையைச் சொல்லுங்க, இங்கிருக்கிற இளைஞர்களுக்கெல்லாம் உங்களைப் பார்த்துத் தன்னம்பிக்கை வரணும், அறிவியலின்மீது ஆர்வம் பிறக்கணும்’ என்று வேண்டிக்கொள்கிறார்கள். வில்லியம் தொடர்ந்து படிப்பதற்கு உதவி செய்யவேண்டும் என்று ஏராளமான தனி நபர்களும் அமைப்புகளும் க்யூவில் நிற்கிறார்கள், ‘உலக இளைஞர் சமுதாயம் மொத்தமும் வில்லியமை உதாரணமாக எடுத்துக்கொண்டு முன்னேறவேண்டும்’ என்று பாராட்டுகிறார்கள்.

இப்போது வில்லியமுக்கு வயது இருபத்திரண்டு. அவருடைய ஆசையெல்லாம், படிப்பை முடித்துவிட்டுக் காற்றாலை நிறுவனம் ஒன்றை அமைக்கவேண்டும், இந்தத் தொழில்நுட்பங்களை நன்றாகக் கற்றுக்கொண்டு எல்லோருக்கும் சொல்லித்தரவேண்டும், அதன்மூலம் ஆப்பிரிக்காவில் அனைத்து இடங்களிலும் நல்ல மின்சாரம் கிடைக்கிற சூழ்நிலை ஏற்படவேண்டும்!

’நீங்கல்லாம் கம்ப்யூட்டர், இன்டர்நெட்ன்னு ரொம்ப முன்னேறிட்டீங்க, நாங்க அவ்வளவு தூரம் வரணும்ன்னா, எங்களுக்கு முதல்ல ஒழுங்கான மின்சாரம் வேணும்’ என்கிறார் வில்லியம் கம்க்வாம்பா, ‘ஆனாலும், எனக்கு நம்பிக்கையிருக்கு, சீக்கிரமே நாங்களும் உங்களை எட்டிப் பிடிச்சுடுவோம்!’

இந்தத் தன்னம்பிக்கை உள்ளவரை, வில்லியம்போன்ற கத்துக்குட்டி ஆராய்ச்சியாளர்களும்கூட, நோபல் பரிசு விஞ்ஞானிகளுக்கு இணையாக மதிக்கப்படவேண்டியவர்கள்தான்!

2. ஜீனியஸ்கள் பிறக்கிறார்களா, உருவாக்கப்படுகிறார்களா?

'பிறவி ஜீனியஸ்'

இந்த வார்த்தையை இப்போதெல்லாம் எல்லோரும் சர்வசாதாரணமாகப் பயன்படுத்துகிறோம். நோபல் பரிசு வாங்கிய விஞ்ஞானியாகட்டும், பெரிய எழுத்தாளராகட்டும், விளையாட்டு நட்சத்திரமாகட்டும், நடிகர், நடிகை, இசையமைப்பாளராகட்டும், 'திறமை அவரோட ரத்தத்திலேயே ஊறியிருக்கு' என்று வியந்து பாராட்டுகிறோம்.

ஆனால் அதே நேரம், இந்தப் 'பிறவி மேதை'ப் பாராட்டினுள் ஒளிந்திருக்கும் ஒரு நுண் அரசியல் நமக்குப் புரிவதே இல்லை. அதன்மூலம் நாமே நம்முடைய வாய்ப்புக் கதவுகளைச் சாத்திக்கொள்கிறோம் என்பதை உணரத் தவறிவிடுகிறோம்.

மேதைகள் பிறக்கிறார்கள் என்றால், அதில் நம்முடைய முயற்சி எதுவும் தேவையில்லை என்றல்லவா அர்த்தமாகிறது? ஒருவேளை நாம் மேதையாகப் பிறந்துவிட்டால், சந்தோஷம். இல்லையென்றால், நாம் எவ்வளவுதான் கஷ்டப்பட்டாலும் நம்முடைய துறையின் உச்சத்தை ஒருபோதும் எட்டமுடியாது என்பது கொடுமையான விஷயம், இல்லையா?

இந்தக் காரணத்தால்தான், 'மேதைகள் பிறக்கிறார்களா, அல்லது உருவாக்கப்படுகிறார்களா?' என்கிற கேள்வி பல நூற்றாண்டுகளாக மனிதனை வருத்திக்கொண்டிருக்கிறது. தலைமுறை தலைமுறையாக, வெவ்வேறு துறை சார்ந்த வெற்றியாளர்களைக் கூர்ந்து கவனித்து, அவர்கள் நிஜமாகவே திறமையுடன் பிறந்தார்களா, இல்லாவிட்டால் பயிற்சிமூலம் அந்தத் திறமையை வளர்த்துக்கொண்டார்களா என்று ஆராய்ந்து பார்க்கிறார்கள். ஆனாலும், இதில் ஒரு நிச்சயமான பதில் எட்டப்படவே இல்லை.

பல வருடங்களுக்குமுன்னால், ஹங்கேரியைச் சேர்ந்த லாஸ்லோ போல்கர் என்ற ஆசிரியர், '*Bring Up Genius!*' என்ற பெயரில் ஒரு புத்தகம் எழுதினார். கொஞ்சம் ஜனரஞ்சகமாகத் தமிழில் சொல்வதென்றால், 'உங்கள் குழந்தைகளை மேதைகளாக வளர்ப்பது எப்படி?'

வேடிக்கையான விஷயம், இந்தப் புத்தகத்தை எழுதியபோது லாஸ்லோவுக்குத் திருமணமாகியிருக்கவில்லை. ஆகவே, குழந்தைகளும் இல்லை. பிறகு எப்படி அவர் மேதைகளை வளர்ப்பதுபற்றிப் புத்தகம் எழுதமுடியும்? இதெல்லாம் வெறும் தியரிதானோ? பிராக்டிகலாக வேலைக்கு ஆகாதோ?

லாஸ்லோவுக்கும் இதே சந்தேகம்தான். ஒரு பரீட்சை செய்து பார்த்துவிடலாம் என்று தீர்மானித்தார். இதற்காக அவர் தேர்ந்தெடுத்த 'பரிசோதனை எலி'கள், அவருடைய சொந்தக் குழந்தைகள்!

அதாவது, 'இனிமேல் எனக்குப் பிறக்கப்போகும் பிள்ளைகளுக்கு ஒரு குறிப்பிட்ட துறையில் தொடர்ந்து பயிற்சி கொடுப்பேன். அந்தத் தீவிரத் தயாரிப்பின்மூலம் அவர்களை மேதைகளாக உருவாக்கிக் காட்டுவேன்' என்று தீர்மானித்துக்கொண்டார் லாஸ்லோ போல்கர்.

இந்த விஷயத்தில் அவர்மட்டும் முடிவு செய்தால் ஆச்சா? அந்தக் குழந்தைகளின் தாய், அவருடைய மனைவி சம்மதிக்கவேண்டாமா?

லாஸ்லோ போல்கர் அதைப்பற்றி அலட்டிக்கொள்ளவே இல்லை. தன்னுடைய இந்தப் பரீட்சைக்கு ஒத்துக்கொள்கிற ஒரு பெண்ணைத் தேடிப் பிடித்துத் திருமணம் செய்துகொண்டார். அவர் பெயர் க்ளாரா.

அடுத்த சில ஆண்டுகளில், லாஸ்லோ - க்ளாரா தம்பதியருக்கு மூன்று மகள்கள் பிறந்தார்கள். சூஸன், சோஃபியா, ஜூடித்.

இந்த மூன்று பெண்களையும் 'மேதை'களாக்குவதற்காக லாஸ்லோ தேர்ந்தெடுத்த துறை, செஸ் (சதுரங்கம்).

லாஸ்லோ போல்கரோ அவரது மனைவியோ சிறந்த செஸ் வீரர்கள் அல்ல. ஆகவே அவர்களுக்குப் பிறந்த மூன்று மகள்களும் 'அப்பா / அம்மாவின் ஜீன்களை வாங்கி வந்தார்கள்' என்று சொல்லமுடியாது. ஆனால் அவர்கள் மூவரும் நடக்கத் தொடங்கிய காலத்திலிருந்து தொடர்ந்து அவர்களுக்குச் சதுரங்க ஆட்டத்தில் தீவிரப் பயிற்சி கொடுக்கத் தொடங்கினார் லாஸ்லோ போல்கர். புத்தகங்கள், தினசரி பயிற்சி ஆட்டங்கள், விளையாட்டு தொடர்பான புதிர்கள், சவால்கள் என்று அவர்களது வாழ்க்கை மொத்தமும் சதுரங்கமாகவே இருந்திருக்கிறது. வேறெதிலும் அவர்களைக் கவனம் செலுத்த அனுமதிக்கவில்லை.

லாஸ்லோவின் மூத்த மகள் சூஸன், நான்கு வயதிலேயே செஸ் போட்டிகளில் கலந்துகொண்டு ஜெயிக்க ஆரம்பித்துவிட்டார். பொதுவாக ஆண்களின் கோட்டையாகவே அறியப்படுகிற சதுரங்க ஆட்டத்தில் அவர் காட்டிய லாகவமும் திறமையும் பலரை வியப்பில் ஆழ்த்தியது.

அதுமட்டுமில்லை. அப்போதெல்லாம் சதுரங்கத்தில் ஆண்கள் ஆண்களோடுதான் மோதுவார்கள், பெண்கள் பெண்களோடுதான் மோதுவார்கள். ஆனால் சூஸன், ஆண்களோடு நேரடியாகப் போட்டியிட்டு அவர்களைத் தோற்கடிக்க ஆரம்பித்தார். இதனால், அவர்மேல் மற்றவர்களுக்கு இருந்த ஆரம்ப ஆச்சர்யம் இப்போது பெரிய அதிர்ச்சியாக,

நம்பமுடியாத பிரம்மிப்பாக மாறியது, 'அந்தப் பொண்ணு சும்மா அதிர்ஷ்டத்தினால ஜெயிக்குது' என்று பேச ஆரம்பித்தார்கள்.

சூஸன் அதைப்பற்றிக் கவலைப்படவில்லை. தன்னுடைய ஊரில் இருந்த திறமைசாலி (ஆண்) வீரர்கள் எல்லோரையும் தொடர்ந்து தோற்கடித்துக்கொண்டே இருந்தார். வெளியூர்ப் போட்டிகளிலும் கலந்துகொண்டு தன்னுடைய திறமையை நிரூபித்தார். மிக விரைவில் உலகின் முன்னணி செஸ் வீரர்கள், வீராங்கனைகளோடெல்லாம் மோதி ஜெயிக்க ஆரம்பித்தார்.

1991ம் வருடம், 22 வயது சூஸன் தனது வெற்றிகள், அவற்றின்மூலம் சேகரித்த புள்ளிகளின் அடிப்படையில் 'கிராண்ட் மாஸ்டர்' பட்டத்தைப் பெற்றார். அதுவரை ஆண்களுக்குமட்டுமே வழங்கப்பட்டுவந்த இந்தக் கௌரவத்தை வென்ற முதல் பெண் இவர்தான்.

இதே நேரத்தில், சூஸனின் இரு தங்கைகளும் பெரிய செஸ் மேதைகளாக உருவெடுத்திருந்தார்கள். சோஃபியா 'இண்டர்நேஷனல் மாஸ்டர்' ஆனார், ஜூடித் உலகின் மிக இளம் வயது 'கிராண்ட் மாஸ்டர்' என்கிற சாதனையை நிகழ்த்தினார்.

ஆக, லாஸ்லோ போல்கரின் 'தியரி' சந்தேகத்துக்கு இடமின்றி நிரூபிக்கப்பட்டுவிட்டது. மேதைகள் பிறப்பதில்லை, தொடர்ந்த பயிற்சி, கடின உழைப்பின்மூலம் யார் வேண்டுமானாலும் மேதைகளாகமுடியும் என்பதற்குச் சாட்சியாக, போல்கர் சகோதரிகளின் வெற்றி நிற்கிறது.

உளவியல் சிந்தனையாளர், பத்திரிகையாளர் மற்றும் புகழ் பெற்ற எழுத்தாளரான மால்கம் க்ளாட்வெல் தன்னுடைய சமீபத்திய புத்தகமொன்றில் லாஸ்லோ போல்கரின் இந்தக் கொள்கையை எதார்த்தத்தில் செயல்படுத்துவதற்கான ஒரு வழியைச் சுட்டிக்காட்டுகிறார்: ஒரு மாணவர் நன்றாகப் படிக்க விரும்பினாலும் சரி, புதிதாக வேலைக்குச் சேர்ந்திருக்கிறவர்கள், தொழில் தொடங்கியிருக்கிறவர்கள், இசை, நடனம், எழுத்து,

ஓவியம் என்று கலைகளில் ஆர்வம் காட்டுகிறவர்கள் யாராக இருந்தாலும் சரி, அவர்கள் அந்தத் துறையில் பெரிய மேதையாக வளர்வதற்கு, குறைந்தபட்சம் பத்தாயிரம் மணி நேரம் பயிற்சி செய்யவேண்டும்!

உங்களுக்குத் தெரிந்த வெற்றியாளர்கள், மேதைகள் யாரை வேண்டுமானாலும் மனத்தில் நினைத்துக்கொள்ளுங்கள். அவர்கள் தங்களுடைய துறையில் குறைந்தபட்சம் பத்தாயிரம் மணி நேரமாவது பயிற்சி எடுத்துக்கொண்டிருப்பார்கள். அதன்பிறகுதான் முழுமையான, தீர்மானமான வெற்றி அவர்களுக்கு வசப்பட்டிருக்கும்.

இதன் அர்த்தம், ‘ஜீனியஸ்’கள் எங்கோ வானத்திலிருந்து வந்து குதிப்பவர்கள் அல்ல. நாமும் அதேபோல் தொடர்ந்த உழைப்புக்குத் தயாராக இருந்தால், மேதைகளாகமுடியும். சந்தேகமிருந்தால், போல்கர் சகோதரிகளைக் கேட்டுப்பாருங்கள்!

3. உடலுக்கு மட்டுமா பயிற்சி?

அமெரிக்காவின் மிகப் பெரிய தேசியப் பிரச்னை என்ன தெரியுமா?

பொருளாதாரச் சரிவு? ஆள்குறைப்பு? தீவிரவாத அச்சுறுத்தல்? வெளியுறவுக்கொள்கை? அணு ஆயுதங்கள்? படையெடுத்து வரும் வேற்றுக்கிரகவாசிகள்? புவிச் சூடேற்றம்?

இவை ஒவ்வொன்றும் முக்கியமான பிரச்னைகள்தான். ஆனால் இவற்றுக்கெல்லாம் மேலாக அவர்களை வாட்டி வதைத்துக்கொண்டிருக்கிற ஒரு விஷயம், குண்டுக் குழந்தைகள்.

'ஒபிஸிடி' என்று கேள்விப்பட்டிருப்பீர்கள். அமெரிக்காவில் சுமார் மூன்றில் ஒரு பகுதிக் குழந்தைகள் இந்தப் பிரச்னையால் அவதிப்படுகிறார்கள். இவர்கள் வளர்ந்து இளைஞர்களாகும்போது இன்னும் என்னென்ன உபாதைகளை அனுபவிப்பார்களோ என்று அங்குள்ள பெற்றோர் கலங்குகிறார்கள். குழந்தைகளின் உடலில் கொழுப்பைக் குறைத்து, அவர்களை ஆரோக்கியமாக வளர்க்க என்னவெல்லாம் செய்யலாம் என்று கவலையோடு யோசித்துக்கொண்டிருக்கிறார்கள்.

அதே அமெரிக்காவில்தான், இந்தப் பிரச்னையைச் சுலபமாகத் தீர்க்கக்கூடிய ஒரு வழியையும் கண்டுபிடித்திருக்கிறார்கள். அதுவும் இப்போது இல்லை, கிட்டத்தட்ட கால் நூற்றாண்டு காலத்துக்கு முன்பாகவே.

அந்தப் பள்ளியின் பெயர், நேபர்வில் சென்ட்ரல் ஹை. 'Physical Education' எனப்படும் உடல்கல்வியைச் சொல்லித்தருவதில் மற்ற அமெரிக்கக் கல்வி நிறுவனங்களுக்கெல்லாம் முன்னோடியாகியிருக்கிறது இந்தச் சிறிய பள்ளி.

நேபர்வில் பள்ளியில் அப்படி என்ன புதிதாகச் செய்கிறார்கள்?

புரட்சிகரமாக ஒன்றுமில்லை. குழந்தைகள் ஆரோக்கியமாக இருக்கவேண்டும் என்பதற்காக, தினசரி உடற்பயிற்சியை வலியுறுத்துகிறார்கள். அவ்வளவுதான்.

இது எல்லாப் பள்ளிகளிலும் நடக்கிற விஷயம்தானே? இங்கேமட்டும் என்ன விசேஷம்?

மற்ற அமெரிக்கப் பள்ளிகளில் நூறு மாணவர்கள் இருந்தால் அதில் பத்துப் பேரோ பதினைந்து பேரோதான் உடற்பயிற்சியில் ஆர்வம் காட்டுவார்கள். மற்றவர்கள் சும்மா பேருக்கு வந்துபோவார்கள். அவ்வளவுதான்.

அந்தப் பத்துப் பதினைந்து மாணவர்களும்கூட, தீவிர உடற்பயிற்சியில் ஈடுபடுவதில்லை, பெரும்பாலும் கால்பந்து, ஹாக்கி, பேஸ்பால்மாதிரியான குழு விளையாட்டுகள்தான். அதுவே நம் உடலுக்குத் தேவையான பயிற்சியைத் தந்துவிடும் என்பது இங்குள்ளவர்களின் நம்பிக்கை.

ஆனால் இதில் முக்கியமான பிரச்னை, ஒரு கால்பந்துப் போட்டி 45 நிமிடம் நடக்கிறது என்றால், அதில் கலந்துகொள்கிறவர்கள் எல்லோரும், எப்போதும் ஓடிக்கொண்டே இருப்பதில்லை. ஒவ்வொரு மாணவரும் ஐந்து நிமிடம், மிஞ்சிப்போனால் பத்து நிமிடங்கள் பந்து அவர்கள்பக்கம் வரும்போது வேகமாக ஓடுவார்கள், உதைப்பார்கள், மற்றபடி பெரும்பாலான நேரம் அவர்கள் சும்மாதான் நிற்கவேண்டியிருக்கும்.

ஆகவேதான், 'நேபர்வில் சென்ட்ரல் ஹை'யில் இந்த 'பஜனை'யை அனுமதிப்பதில்லை. உடற்பயிற்சி என்றால், தீவிர உடற்பயிற்சி, ஒவ்வொருவரும் மைதானத்திலோ, ட்ரெட்மில்லிலோ பல மைல் தூரம் ஓடவேண்டும், நீச்சலடிக்கவேண்டும், சைக்கிள் ஓட்டவேண்டும், மரம் ஏறவேண்டும், உயரம் தாண்டவேண்டும், டென்னிஸ் அல்லது பேட்மின்டன் அல்லது ஸ்க்வாஷ் ஆடவேண்டும், சும்மா கையைக் காலை வீசிக்கொண்டு நிற்கமுடியாது, நிற்கக்கூடாது.

இப்படி ஒவ்வொரு பயிற்சியின்போதும் அந்த மாணவர் அல்லது மாணவியின் இதயத்துடிப்பு கணக்கிடப்படுகிறது. இதனால், உண்மையிலேயே அவர் முனைந்து பயிற்சி எடுத்திருக்கிறாரா என்பது தெளிவாகத் தெரிந்துவிடும்.

ஆனால், பள்ளி செல்லும் பிள்ளைகளை இப்படி வற்புறுத்தி உடற்பயிற்சி செய்யவைப்பதனால் என்ன லாபம்?

அமெரிக்காவின் மற்ற பள்ளிகளில் சராசரியாக 30%க்கும் மேற்பட்ட குழந்தைகள் 'ஒபிசிடி' பிரச்னையால் அவதிப்படுகிறார்கள். ஆனால் நேபர்வில் பள்ளிகளில் கடந்த இருபது ஆண்டுகளுக்கும் மேலாக நடைபெற்றுவரும் தீவிர உடற்பயிற்சித் திட்டங்களினால், அங்குள்ள மாணவர்கள் 'சிக்'கென்று இருக்கிறார்கள், ஒவ்வொரு வருடமும் குண்டுக் குழந்தைகளின் சதவிகிதம் இரண்டு அல்லது மூன்றைத் தாண்டுவதில்லை.

இன்னோர் ஆச்சர்யமான விஷயம், நேபர்வில் குழந்தைகள் உடற்பயிற்சியில் கவனம் செலுத்த ஆரம்பித்தபிறகு, அவர்களுடைய படிப்புத்திறனும் கணிசமாக உயர்ந்திருக்கிறது. மற்ற அமெரிக்கப் பள்ளிகளோடு ஒப்பிடுகையில் நேபர்வில் மாணவர்கள் வழக்கமான தேர்வுகளிலும், தேசிய, சர்வதேச அளவிலான அறிவுத்திறன் போட்டிகளிலும் வெளுத்து வாங்குகிறார்கள். இந்த மாற்றம் எப்படி நிகழ்ந்தது என்று யாருக்கும் புரியவில்லை.

ஹார்வர்ட் மருத்துவக் கல்வி நிறுவனத்தைச் சேர்ந்த ஜான் ரேடி என்ற மருத்துவர் இந்தப் புதிருக்கு விடை காண முயன்றிருக்கிறார். அவர் முன்வைக்கும் கொள்கை, உடற்பயிற்சி என்பது உடம்பை ஆரோக்கியமாக வைத்துக்கொள்வதுமட்டுமல்ல, அதன்மூலம் மூளையையும் கூர்மையாக்கமுடியும், கற்கும் திறனை மேம்படுத்தமுடியும்!

என்ன? நம்புவதற்குச் சிரமமாக இருக்கிறதா? ஜான் ரேடி போன்ற பல மருத்துவ ஆய்வாளர்கள் மனித, விலங்கு மூளைகளில் ஏராளமான ஆராய்ச்சிகளை நிகழ்த்தியபிறகே இதனை உறுதிப்படுத்தியிருக்கிறார்கள். படிக்கும் திறனை மேம்படுத்துவது, கவனத்தைக் குவிப்பது, மன அழுத்தத்தைக் கட்டுப்படுத்துவது, கோபம், டென்ஷனைக் குறைப்பது, கெட்ட பழக்கங்களுக்கு அடிமையாவதிலிருந்து விடுபடுவது எனப் பல விஷயங்களுக்கு உடற்பயிற்சி உதவும் என்பது நிரூபிக்கப்பட்டிருக்கிறது.

நேபர்வில் மாணவர்கள் இதற்கு நேரடிச் சாட்சியாக இருக்கிறார்கள். ஒவ்வொரு வருடமும், அங்குள்ள பள்ளிகளில் தீவிர உடற்பயிற்சியில் ஈடுபடும் பிள்ளைகள் மற்றவர்களைவிடச் சிறப்பாகப் படிக்கிறார்கள், சொல்லித்தரப்படும் விஷயங்களை நன்றாகப் புரிந்துகொள்கிறார்கள் என நிரூபிக்கப்பட்டுள்ளது.

ஆனால் ஒன்று, ‘உடற்பயிற்சி மட்டுமே நமக்கு அறிவைப் புகட்டிவிடாது’ என்கிறார் ஜான் ரேடி, ‘இதன்மூலம் நீங்கள் புதிய விஷயங்களை ஆர்வத்தோடு கற்றுக்கொள்ளத் தயாராகிறீர்கள், ஆனால் அதில் உங்களுக்கு விருப்பம் இருந்தால்மட்டுமே இதைப் பயன்படுத்திக்கொண்டு பலன் பெறமுடியும்.’

உதாரணமாக, இப்போது நீங்கள் இந்தக் கட்டுரையைப் படித்துக்கொண்டிருக்கிறீர்கள். இதில் சொல்லப்பட்டிருக்கும் விஷயங்களைப் புரிந்துகொள்ளவேண்டும் என்கிற அக்கறை உணர்வு உங்களுக்கு இல்லாவிட்டால், மேலோட்டமாகப் பார்த்துவிட்டுப் போய்விடுவீர்கள், எதுவும் மூளையில் பதியாது, இல்லையா?

அந்த ‘மூளையில் பதிகிற’ செயலைத்தான் உடற்பயிற்சி எளிமையாக்குகிறது. நியூரான்கள் ஒன்றோடொன்று தொடர்பு கொண்டு செய்திகளை, புரிதல்களைப் பதியவைத்துக்கொள்ளவும், புதிய நியூரான்களின் உருவாக்கத்துக்கும் உடற்பயிற்சி உதவுகிறது.

உடற்பயிற்சி என்றால், ஓடுவது, குதிப்பது, நீச்சலடிப்பதுமட்டுமல்ல. ஏரோபிக்ஸ் நடனங்கள், யோகாசனம், கராத்தே போன்ற தற்காப்புக் கலைகள் என்று நம் உடலைத் தொடர்ச்சியான அசைவுக்கு உட்படுத்தி இதயத்துடிப்பை அதிகரிக்கச்செய்யும் எல்லா விஷயங்களிலும் இப்படிப்பட்ட ‘நல்ல’ பக்கவிளைவுகள் இருப்பதாக மருத்துவ ஆய்வுகள் தெரிவிக்கின்றன.

நேபர்வில் பள்ளிகளைப் பார்த்து, அமெரிக்காவின் மற்ற மாகாணங்களிலும் பல பள்ளிகள் தங்களுடைய மாணவர்களைத் தினசரி 15முதல் 45 நிமிடங்கள்வரை உடற்பயிற்சி செய்யுமாறு அறிவுறுத்துகிறார்கள். இதற்காக அவர்கள் அதிகம் செலவழிக்கவேண்டியதில்லை, ஆனால் இதன்மூலம் பிள்ளைகளுடைய உடல்தகுதி, கல்வித்திறன் இரண்டுமே கணிசமாக உயர்கிறது.

ஆனால், அதே அமெரிக்காவில் ‘நேபர்வில் ஃபார்முலா’வுக்குக் கடுமையான எதிர்ப்பும் இருக்கிறது, ‘ஏற்கெனவே எங்க பசங்க ரொம்பக் குறும்பு, இந்த லட்சணத்தில இவங்களையெல்லாம் எக்ஸர்ஸைஸ் செய்யவெச்சு வலுப்படுத்தினா அப்புறம் யாராலயும் சமாளிக்கமுடியாது’ என்று பலர் மறுக்கிறார்கள்.

இன்னும் சிலர், ‘நம்ம மாணவர்களுக்குப் பாடம் படிக்கவே நேரம் போதலை’ என்று சலித்துக்கொள்கிறார்கள், ‘ஒவ்வொரு நாளும் உலகத்தில எத்தனையோ புது விஷயங்கள் அறிமுகமாகிட்டிருக்கு, அதையெல்லாம் பசங்களுக்குச் சொல்லித்தர்றதை விட்டுட்டு எல்லாரையும் உடற்பயிற்சிக்கு அனுப்பிட்டா எப்படி?’ என்பது இவர்களுடைய வாதம், ‘மாணவர்கள் பள்ளியில் இருக்கும் ஒரு நிமிடத்தைக்கூட வீணடிக்கக்கூடாது, எப்போதும் படித்துக்கொண்டேதான் இருக்கவேண்டும், இல்லாவிட்டால் உலகம் நம்மைத் தாண்டி எங்கேயோ போய்விடும்.’

நம் ஊரிலும் கிட்டத்தட்ட இதே கதைதான். பெரும்பாலான பள்ளிகளில் உடல்கல்விக்குக் கடைசி இடம்தான் தரப்படுகிறது. யாராவது சில மாணவர்கள் சுய ஆர்வத்தின் பேரில் உடற்பயிற்சியில் கூடுதல் கவனம் செலுத்த விரும்பினாலும்கூட, ஆசிரியர்கள், பெற்றோர்கள் அனுமதிப்பதில்லை, 'அதெல்லாம் வேணாம், ஒழுங்கா உட்கார்ந்து படி, பப்ளிக் எக்ஸாம் வருது' என்று அவர்களைப் புத்தகத்தோடு கட்டிப்போட்டுவிடுகிறார்கள்.

தப்பு செய்கிறோமோ?

4. பசுமைச் சிறைகள்

பரபரப்பான வேலைகளுக்கு நடுவே திடீரென்று ஒரு சின்ன விடுமுறை. உடனடியாக, நாம் எங்கே போக நினைக்கிறோம்?

கட்டடச் சிறைகளில் இருந்து விடுபடவேண்டும், பச்சைப்பசேல் என்று இயற்கை சூழ்ந்த ஒரு காடோ, மலையோ, அருவியோ, ஆற்றங்கரையோ, அங்கே ஓய்வாகச் சாய்ந்து உட்கார்ந்தபடி நாளைக் கழிக்கவேண்டும், மனத்தை அமைதிப்படுத்திக்கொள்ளவேண்டும், 'காணி நிலம்' கேட்ட பாரதியில் தொடங்கி இப்போதைய நவீன மனிதர்கள்வரை எல்லோருடைய 'கனவு விடுமுறை' இதுதான்.

வெளியே இருக்கிற நாமே இந்த உலகத்தைச் சிறை என்று உணர்கிறோம் என்றால், நிஜமாகவே சிறையில் அடைக்கப்பட்டிருக்கிற கைதிகளின் மனோநிலை எப்படி இருக்கும்?

ஒரு கைதியின் பார்வையில் சிறை என்றால் செங்கல் சுவர்கள், கம்பிகள், முள்வேலிகள், சீருடை அணிந்த இறுக்கமான மனிதர்கள், அன்பில்லாத, பரஸ்பர நம்பிக்கை இல்லாத, எந்தத் தனிமனிதருக்கோ, அவரது திறமைகளுக்கோ மரியாதை தராத

முரட்டுச் சூழல் ... இந்தியாவில்மட்டுமில்லை, உலகம்முழுவதுமே இந்த நிலைமைதான்.

ஏதாவது ஓர் அரசாங்கம், கைதிகளுக்கு நாலு வசதி செய்துகொடுத்தால் அவ்வளவுதான், எதிர்க்கட்சி மேடைகளில் ஆரம்பித்துப் பத்திரிகை ஜோக்குகள்வரை நாறடித்துவிடுவார்கள். இந்தக் கிண்டல்களின் சாரம், 'செய்த தவறுக்குத் தண்டனை அனுபவிக்கத்தானே அவர்கள் சிறைக்குச் சென்றிருக்கிறார்கள்? அங்கேயும் அவர்களுக்கு இப்படிச் சவுகர்யங்கள் செய்துகொடுப்பது எதற்கு?'

உண்மையில், சிறை என்பது வெறும் தண்டனைக் கூடம் அல்ல. கைதிகள் செய்த தவறை எண்ணிச் சிந்திக்கவும், வருந்தவும், திருந்தவும் வாய்ப்பு ஏற்படுத்திக்கொடுக்கவேண்டிய ஓர் இடம்.

'ஆனால், நம்முடைய சிறைச்சாலைகளில் அப்படிப்பட்ட சூழல் எதுவும் இல்லை' என்கிறார் டாக்டர் நளினி நட்கர்னி. அமெரிக்காவில் உள்ள எவர்க்ரீன் மாநிலக் கல்லூரியில் பணிபுரியும் இவர் கடந்த பல வருடங்களாகச் சுற்றுச்சூழல், இயற்கை, பசுமை சார்ந்த தலைப்புகளில் ஆய்வுகள் நடத்திவருகிறார், பல்வேறு சமூகப் பணிகளிலும் ஈடுபட்டுவருகிறார்.

சுற்றுச்சூழல் நிபுணருக்கும் சிறைச்சாலைக்கும் என்ன சம்பந்தம்?

இதற்கும் நளினியே விரிவாகப் பதில் சொல்கிறார், 'பொதுவாகச் சிறைச்சாலைகளில் பசுமை என்கிற பேச்சே கிடையாது, முழுக்க முழுக்க ஒழுங்கில்லாத, கடுமையான, துளி நேசம் இல்லாத வறட்சிச் சூழ்நிலைதான்.'

'இதனால் சிறையில் பல வாரங்கள், மாதங்கள், வருடங்களைக் கழிக்கும் கைதிகளின் மனோநிலை கடுமையாகப் பாதிக்கப்படுகிறது, பரமசாதுவாக உள்ளே நுழைகிறவர்கள்கூட, இந்தச் சூழலால் முரட்டுத்தனமாக நடந்துகொள்ள ஆரம்பித்துவிடுகிறார்கள். ஏற்கெனவே முரடர்களாக இருப்பவர்கள் மேலும் தீவிரமாக வன்முறையைக் கையில்

எடுத்துக்கொள்கிறார்கள். உலகம்முழுவதும் சிறைச்சாலைகளில் கலகம் நடக்கிறது என்றால் அதற்குக் காரணம் இதுதான்!'

நீங்களே யோசியுங்கள். முற்றும் துறந்த முனிவர்களுக்குக்கூடத் தவம் செய்வதற்குப் பசுமையான சூழ்நிலை தேவைப்படுகிறது. ஏற்கெனவே ஒருமுறை தவறு செய்துவிட்டுச் சிறைக்குள் வந்திருக்கும் இவர்களை மேலும் வறட்டுத்தனமான சூழலில் அடைத்துவைப்பது எந்தவிதத்திலும் அவர்கள் திருந்த உதவாது.

அதற்காக? கைதிகளைக் காட்டுக்குள் குடியேற்றமுடியுமா என்ன?

'அவசியமில்லை. சிறைக்குள்ளேயே அவர்கள் பார்க்கிற விஷயங்கள், சந்திக்கிற மனிதர்கள், செய்கிற வேலைகள் ஆகியவற்றில் சிறு மாற்றங்களை ஏற்படுத்தினால் போதும்' என்கிறார் டாக்டர் நளினி, *'நாங்கள் ஏற்கெனவே அமெரிக்காவில் உள்ள நான்கு சிறைச்சாலைகளில் இதற்கான முயற்சிகளைத் தொடங்கிவிட்டோம்.'*

என்னமாதிரியான முயற்சிகள்?

முதலில், சிறைச்சாலைகளில் கைதிகள் அடைபட்டிருக்கும் அறைகள், வராண்டாக்கள், நூலகம், உடற்பயிற்சி நிலையங்கள் போன்றவற்றின் சுவர்களை வெறுமனே விடாமல் காடு, மலை, நதி, மரம், செடிகொடிகள், அருவிகள் போன்ற காட்சிகளை வரைந்துவைத்தார்கள், சாத்தியமுள்ள இடங்களில் சிறிய செடிகளை நட்டார்கள், மீன் தொட்டிகள் போன்றவற்றையும் அமைத்தார்கள்.

கேட்பதற்குச் சாதாரணமாகத் தோன்றுகிற இந்த நடவடிக்கைகளின்மூலம், உடனடி மாற்றம் தெரிந்தது. கைதிகள் மனத்தில் தாங்கள் ஒரு கூண்டுக்குள் அடைபட்டிருக்கிறோம் என்கிற உணர்வு, அழுத்தம் குறைந்தது, சக கைதிகள், அதிகாரிகளுடன் சகஜமாகப் பேசிப் பழக ஆரம்பித்தார்கள், கைகலப்புகள் குறைந்தன.

சிறைக்குள் இன்னொரு பிரச்னை, ரொம்ப நேரம் சும்மா உட்கார்ந்திருப்பது. சிலர் இதனால் போரடித்துப்போய்ச் சோம்பேறியாகிவிடுவார்கள், அல்லது கெட்ட பழக்கங்களைக் கற்றுக்கொள்வார்கள், அல்லது இங்கிருந்து வெளியேறுவது எப்படி, அதன்பிறகு என்னமாதிரி அயோக்கியத்தனங்களில் ஈடுபடலாம் என்று திட்டம் தயாரிப்பார்கள், இவற்றில் எதுவும் உருப்படுவதற்கான வழி இல்லை.

ஆகவே, சிறைக்கைதிகளின் நேரத்தைப் பயனுள்ளவகையில் செலவிட என்ன செய்யலாம் என்று யோசிக்க ஆரம்பித்தார் டாக்டர் நளினி, அதற்கும் பல நல்ல வழிகள் கிடைத்தன.

ஒரே பிரச்னை, இதையெல்லாம் யாரும் இதுவரை முயன்று பார்த்தது கிடையாது. சிறைக் கைதிகள் அவற்றுக்கு ஒப்புக்கொள்வார்களா, அல்லது மறுத்துக் கலகம் செய்வார்களா, இதைத் தவறாகப் பயன்படுத்திக்கொண்டு மேலும் வம்பு செய்வார்களா என்றெல்லாம் யாருக்கும் தெரியவில்லை.

'அதனால் என்ன? முயற்சி செய்து பார்த்துவிடலாம்' என்று தீர்மானித்தது நளினியின் குழு. ஒரு பரிசோதனை முயற்சியாக, சிறைக்குள் அறிவியல், சுற்றுச்சூழல்பற்றிய வகுப்புகளை நடத்த ஆரம்பித்தார்கள்.

அவர்கள் சற்றும் எதிர்பார்க்காதவிதமாக, இந்த வகுப்புகளுக்குக் கைதிகள் மத்தியில் பிரமாதமான வரவேற்பு. ஓய்வு நேரத்தில் சும்மா டிவி பார்த்துக்கொண்டு உட்கார்ந்திருப்பவர்கள்கூட, அறிவியல் கற்றுக்கொள்ள ஆர்வமாக வந்தார்கள், பல விஷயங்களைக் கேட்டுத் தெரிந்துகொண்டார்கள்.

தியரி சரி, ப்ராக்டிகல் பயிற்சி வேண்டாமா?

அதுதான் நளினி குழுவினரின் அடுத்த திட்டம். சிறைக்குள் ஒரு 'க்ரீன் ஹவுஸ்' ஆரம்பித்துச் செடிகள் வளர்ப்பது, அங்கே வீசப்படும் குப்பைகளை மறுசுழற்சி செய்வது, அவற்றையே உரமாகப் பயன்படுத்திக் காய்கறிகள், கீரைகள் பயிரிடுவது என்று சுறுசுறுப்பாகப் பல திட்டங்கள் தொடங்கப்பட்டன.

கைதிகள் ஆவலோடு முன்வந்து பங்குபெற்றார்கள்.

அடுத்தகட்டமாக, சிறைக்குள் தேனீ வளர்ப்பு மையங்கள் அமைக்கப்பட்டுள்ளன, அரிய தாவரங்களை வளரவைத்துப் பாதுகாப்பதற்கான ஏற்பாடுகள் செய்யப்பட்டுள்ளன, அழிந்துவரும் விலங்குகளின் முட்டைகள் அல்லது குட்டிகளைக் கைதிகள்வசம் ஒப்படைத்து, அவர்களையே முழுப் பொறுப்பேற்று வளர்க்கச் சொல்கிறார்கள்.

இதன்மூலம், ஏகப்பட்ட லாபங்கள். ஒன்று, கைதிகளின் ஓய்வு நேரம் கண்ட விஷயங்களில் வீணாகாமல் உருப்படியாகச் செலவிடப்படுகிறது. இரண்டு, இவர்கள் நடும் செடிகள், காய்கறிகள், தேன், மறுசுழற்சிப் பொருள்களை விற்பனை செய்வதால் நல்ல வருமானம், அல்லது சிறைக்குள் உள்ள சமையலறையிலேயே அவற்றைப் பயன்படுத்துவதால் கணிசமான சேமிப்பு, இந்தப் பணத்தை அவர்கள் கைதிகளுக்கே சம்பளமாகக் கொடுத்துவிடுவதால், அவர்களுக்கும் நிரம்பச் சந்தோஷம்.

இதையெல்லாம்விட முக்கியம், சிறைக்குள் இயற்கையான ஒரு சூழல் அமைகிறது. தங்களுடைய வாழ்க்கை வீணாகிப்போய்விடவில்லை, நாமும் ஏதோ பயனுள்ள விஷயங்களைச் செய்கிறோம் என்கிற உணர்வு கைதிகளை அமைதிப்படுத்துகிறது, பக்குவப்படுத்துகிறது.

சிறைக்குள் இதுபோல் அக்கறையாக வேலை செய்து பழகிய கைதிகளில் பலர், நிஜமாகவே கெட்ட எண்ணங்களைக் கைவிட்டுத் திருந்துகிறார்கள், வெளியே சென்றதும் மறுபடி பிக்பாக்கெட், வழிப்பறி என்று அலையாமல் உருப்படியாக ஒரு வேலையில் சேரவேண்டும், அல்லது சொந்தத் தொழில் அமைக்கவேண்டும் என்று நினைக்கிறார்கள்.

இங்கேயும், சிறையில் பெற்றுக்கொண்ட பயிற்சி அவர்களுக்கு உதவுகிறது. அங்கே தேனீ வளர்த்துத் தேன் எடுத்துப் பழகிய ஒருவர், வெளியே சென்றபின்னர் அதையே ஒரு தொழிலாகச்

செய்யமுடியும். டாக்டர் நளினி தங்களுடைய திட்டத்தின் மிகப் பெரிய பலனாகக் கருதுவது இந்த ஓர் அம்சத்தைதான்!

'பசுமைச் சிறை'த் திட்டத்தின் வெற்றிக்கு ஒரு நல்ல சாட்சி, சிறையினுள் அறிவியல் பயிற்சி பெற்ற ஒரு முன்னாள் கைதி, வெளியே வந்ததும் தீவிரப் படிப்பாளியாக மாறி, இப்போது முனைவர் பட்டத்துக்கான பி.ஹெச்.டி. ஆய்வில் ஈடுபட்டுள்ளார். 'இப்படி இன்னும் பலர் மாறிவருவதைப் பார்க்கப் பெருமையாக உள்ளது' என்கிறார் நளினி.

சிறைக்கூடம் அறக்கூடமானது மணிமேகலைக் காலம். இன்றைய நவீன காலத்தில் அவை பசுமைக்கூடங்களாகவும், அறிவியல்கூடங்களாக மாறுவது பொருத்தம்தான்!

5. எவரெஸ்டை ஜெயித்த மாணவர்

பொதுவாக, ஒருவர் தன்னுடைய வாழ்க்கை அனுபவங்களைச் சுயசரிதையாக எழுதுகிறார் என்றால் அவருக்கு என்ன வயது ஆகியிருக்கும்?

அறுபது? எழுபது? எண்பது? அபூர்வமாகச் சில இளம் சாதனையாளர்கள் முப்பது அல்லது நாற்பது வயதில் சுயசரிதை எழுதுவதுண்டு. அதைக்கூட 'இவர் என்ன பெரிசா சாதிச்சுட்டார்ன்னு அதுக்குள்ள ஆட்டோபயக்ரபி?' என்று கோபிக்கிறவர்கள் பலர்.

ஆனால் சமீபத்தில் ஒரு பதினேழு வயது இளைஞர் தனது வாழ்க்கைப் பயணத்தை முழுநீளப் புத்தகமாக எழுதியுள்ளார். மாணவர்கள், பொது வாசகர்களிடையே அந்தப் புத்தகம் பெரும் வரவேற்பைப் பெற்றுள்ளது.

யார் அந்த டீன்ஏஜ் பிரபலம்? 17 வயதில் சுயசரிதை எழுதுகிற அளவுக்கு அவர் அப்படி என்ன சாதித்துவிட்டார்?

'*In The Top Of The World*' என்கிற பெயரில் தன் வாழ்க்கைக் கதையைச் சுவாரஸ்யமாக விவரித்திருக்கும் அவர், அர்ஜுன் வாஜ்பாய். உலகின் மிக உயர்ந்த சிகரமாகிய எவரெஸ்டின்மீது ஏறிய மிக இளம் இந்தியர் இவர்தான். சர்வதேச அளவில்

இந்தச் சாதனையை நிகழ்த்திய இளையோரில் இரண்டாவது இடம் அர்ஜுனுக்கு!

பொதுவாக நம் சமூகத்தில் சிறுவர்கள், இளைஞர்கள் விளையாட்டில் அதிகக் கவனம் செலுத்துவது ஊக்குவிக்கப்படுவதில்லை. அப்படியே விளையாடினாலும் ஓரளவு துட்டு பெயர்கிற கிரிக்கெட், டென்னிஸ், கால்பந்து போன்றவற்றுக்குதான் மவுசு. தடகள ஆட்டங்கள், சாகச விளையாட்டுகள் ஆகியவற்றில் அதிகப்பேர் ஆர்வம் காட்டுவதில்லை.

இந்தப் பின்னணியிலிருந்து பார்க்கிறபோது அர்ஜுனின் சாதனை மிகுந்த முக்கியத்துவம் பெறுகிறது. அவரது மலையேறும் ஆர்வம், அதற்கான தகுதிகளை வளர்த்துக்கொண்ட விதம், இந்தச் சிறிய வயதில் இப்படி ஒரு (நிஜமான) இமாலயச் சாதனையைச் செய்ய அவர் தன்னைத் தயார்படுத்திக்கொண்ட விதம் என்று பல விஷயங்களை இந்தப் புத்தகம் சுவையாக விவரிக்கிறது.

நோய்டாவில் ஒரு சாதாரண மிடில் க்ளாஸ் குடும்பச் சூழலில் பிறந்து வளர்ந்தவர் அர்ஜுன். சின்ன வயதிலிருந்தே அவருக்குச் சாகசக் கதைகளைக் கேட்பது, படிப்பதில் ஆர்வம் அதிகம். பெரியவனானபிறகு தானும் இதுபோல் ஏதாவது பெரிய சாதனைகளைச் செய்யவேண்டும் என்று அடிக்கடி நினைத்துக்கொள்வார்.

பத்து வயதுவரை அர்ஜுனும் மற்ற சாதாரணக் குழந்தைகளைப்போல்தான் வளர்ந்தார். பள்ளி, வீடு, ட்யூஷன், ஹோம்வொர்க், விளையாட்டு, பரீட்சை, மார்க், ரேங்க் என்று வாழ்க்கை ஓடியது.

ஆனால் முதன்முறையாக மலையேறியபோது, அவருக்குள் ஏதோ கதவுகள் திறந்துகொண்டாற்போலிருந்தது. அதன்பிறகு அவரது ஆர்வங்கள் அனைத்தும் ஒரே இடத்தில் குவிந்துவிட்டன. ஒன்றன்பின் ஒன்றாக இன்னும் இன்னும் பெரிய சிகரங்களைத்

தொடவேண்டும் என்கிற துடிப்போடு முன்னேறினார். மூன்றே வருடங்களில் இமயமலை அடிவாரத்துக்கு வந்துவிட்டார்.

எவரெஸ்டிலோ வேறு மலைகளிலோ ஏறுவது என்றால் யார் வேண்டுமானாலும் பெட்டியைக் கட்டிக்கொண்டு கிளம்பிவிடமுடியாது. அந்தந்த மலைச் சிகரத்தின் உயரம், தன்மை, அங்கே உள்ள குளிர், காற்றழுத்தம், ஆக்ஸிஜன் அளவு போன்ற பல விஷயங்களை ஆராய்ந்துபார்த்தபிறகுதான் எந்த வயதுக்காரர்கள், என்னமாதிரி உடல்தகுதி கொண்டவர்கள் அந்த மலையின்மீது ஏறலாம் என்று தீர்மானிப்பார்கள். அந்தத் தகுதிகள் உங்களுக்கு உண்டா என்று பரிசோதித்து அனுமதி வழங்குவார்கள்.

அடுத்த பிரச்னை, ஒரு நல்ல மலையேற்றக் குழுவில் இடம் பிடிப்பது!

இமயமலைமீது யாரும் தனியாக ஏறிவிடமுடியாது. இதுபோன்ற பல சிகரங்களில் ஏறிய அனுபவசாலிகளின் வழிகாட்டுதல், சக மலையேற்ற வீரர்களின் ஒத்துழைப்பு, பொருள்களை மேலே தூக்கிச் செல்வதற்கு உதவிப் பணியாளர்கள், மிருகங்கள் என எல்லாம் சேர்ந்தால்தான் சிகரம். நல்ல டீம் வொர்க் இல்லாவிட்டால் தோல்வி நிச்சயம். உயிர்பிழைப்பதுகூடப் பெரிய சந்தேகமாகிவிடும்.

அர்ஜுன் எவரெஸ்டில் ஏற விரும்பியபோது அவர் சந்தித்த முதல் தடை, அவரது பெற்றோர்!

பின்னே? எவரெஸ்ட் பயணம் ஆபத்துகளால் நிறைந்தது. கரணம் தப்பினால் மரணம் என்பதற்கு நிஜமான சாட்சியம் அதன் பனிபோர்த்திய பக்கங்களில் விழுந்து கிடக்கும் பிணங்கள்தான். இவர்கள் எல்லோரும் எவரெஸ்ட் சவாலைச் சமாளிக்கமுடியாமல் பலியானவர்கள்.

அர்ஜுனின் பெற்றோர் தங்களால் முடிந்தவரை அவருக்கு புத்தி சொல்ல முயன்றார்கள். 'அவசரப்படாதேப்பா, உனக்கு இன்னும் நிறைய வயசு இருக்கு.'

ம்ஹூம். அர்ஜுன் எதையும் கேட்பதாக இல்லை. ‘இதுதான் சரியான வயசுன்னு எனக்குத் தோணுது’ என்றார் உறுதியாக.

‘சொன்னாக் கேளுப்பா, இதில ஆபத்து அதிகம்.’

‘எதுலதான் ஆபத்து இல்லை? நம்ம ஊர்ல சாதாரணமா ரோட்ல நடந்துபோய் விபத்துல மாட்டிச் சாகறவங்க எத்தனைபேர், தெரியுமா? அதோட ஒப்பிடும்போது எவரெஸ்ட்ல்லாம் ஒரு ரிஸ்க்கே இல்லை.’

அதற்குமேல் அவர்களால் ஏதும் பேசமுடியவில்லை. அரைமனத்தோடு தங்கள் மகனை எவரெஸ்ட் அனுப்பச் சம்மதித்தார்கள்.

அது சரி, இந்தப் பயணத்துக்குச் சுமார் முப்பது லட்சம்வரை செலவாகுமே, திடீரென்று அவ்வளவு பணத்துக்கு எங்கே போவது?

அர்ஜுனும் அவனுடைய பெற்றோர், உறவினர்கள், பயிற்சியாளர் எல்லோரும் பலவிதங்களில் முயன்றும் அவருக்கு அரசாங்க உதவியோ, கார்ப்பரேட் நிறுவனங்களின் ஸ்பான்ஸர்ஷிப்போ கிடைக்கவில்லை. அவர்களே தங்களுடைய சொந்த சேமிப்பு, தெரிந்தவர்களுடைய உதவியால்தான் இந்தப் பணத்தைத் திரட்டவேண்டியிருந்தது.

அதன்பிறகும் அர்ஜுனின் பயணம் தொடங்கவில்லை. பல மலையேற்றக் குழுக்கள் அவரைத் தங்களுடன் அழைத்துச்செல்லத் தயங்கினார்கள். பாதி வழியில் ‘வீட்டுக்குப் போகணும். அம்மாவைப் பார்க்கணும்’ என்று கையைக் காலை உதைத்துக்கொண்டு அழுது அடம்பிடிப்பார் என்று நினைத்தார்களோ, என்னவோ!

அர்ஜுன் விடவில்லை. இந்தப் பயணத்தை மேற்கொள்ளத் தனக்கு எல்லாத் தகுதிகளும் உண்டு என்று நிரூபிப்பதற்காக அவர் எதையும் செய்யத் தயாராக இருந்தார். பல வாக்குவாதங்கள், பரிசோதனைகளுக்குப்பிறகு கடைசியில் அவருக்கு ஒரு நல்ல குழுவில் இடம் கிடைத்தது.

த்ரில் நிறைந்த இந்தச் சாகசத்துக்கு அர்ஜுன் தன்னைத் தயார் செய்துகொண்ட விதம், இமயமலையில் அவர் பார்த்த அபூர்வமான காட்சிகள், அவை அவரது சிந்தனையை பாதித்தவிதம், எவரெஸ்ட் சவால்களை அவர் எப்படி எதிர்கொண்டார், சிகரத்தை எட்டப்போகுமுன் அவரது மனோநிலை என்று சகலத்தையும் ஒரு விறுவிறுப்பான நாவலின் சுவாரஸ்யத்தோடு சொல்கிறது இந்தப் புத்தகம். இதனை அர்ஜுனோடு இணைந்து எழுதியிருப்பவர் அனு குமார்.

அர்ஜுனின் விடாமுயற்சிக்குப் பலன் விரைவில் கிடைத்தது. எவரெஸ்டின் முனையைத் தொட்டு உலகின் உச்சியில் நின்றபோது அர்ஜுன் எப்படி உணர்ந்தார்?

'அங்கே எங்களுக்கு முன்னால் சென்ற யாரோ ஒரு புத்தர் சிலையை வைத்துச்சென்றிருந்தார்கள். அதை வணங்கிவிட்டுச் சுற்றிலும் பார்த்தபோது சந்தோஷம், பெருமிதம், எல்லாவற்றையும் கடந்து இயற்கையின்முன்னே நாமெல்லாம் எத்தனை சிறியவர்கள் என்றுதான் நினைக்கத் தோன்றியது!'

'எவரெஸ்டையே ஜெயித்துவிட்டீர்கள். இனிமேல் நீங்கள் சாதிக்க என்ன மீதம் இருக்கிறது?'

'ஒவ்வொரு கண்டத்திலும் உள்ள மிகப் பெரிய, சவாலான சிகரங்களையெல்லாம் தொட்டுவர விரும்புகிறேன். வட, தென் துருவங்களுக்குப் பயணம் செய்யவும் ஆசை இருக்கிறது. எனக்கு நல்ல ஸ்பான்ஸர் கிடைத்தால் இந்தத் துறையில் இந்தியாவுக்கு ஒரு நல்ல பெயர் கிடைக்கப் பாடுபடுவேன்!'

'இந்தப் புத்தகத்தை ஏன் எழுதினீர்கள்? உங்களைப்போலவே இன்னும் பல இந்திய மாணவர்கள், இளைஞர்கள் மலையேற முன்வரவேண்டும் என்பதற்காகவா?'

'மலையேற்றம் என்றில்லை. நீங்கள் விரும்பும் துறை எதுவானாலும் துணிந்து இறங்குங்கள். வயது ஒரு தடையே இல்லை. எந்தச் சிகரத்தையும் தொடமுடியும்!'

௬. ‘உலக’ வாத்தியார்

மதுரை. அதிகாலை மணி நான்கு. அலாரம் திடுதிப்பென்று விழித்துக்கொண்டு சத்தமாக ஒலிக்கிறது.

ஒரு சின்னப் பையன் கண்ணைக் கசக்கிக்கொண்டு எழுந்து சோம்பல் முறிக்கிறான். பல் தேய்த்து முகம் கழுவிப் படிக்க உட்கார்கிறான்.

பத்து நிமிடத்தில் ஒரு சந்தேகம். ‘இந்த ஃபார்முலா சரியாப் புரியலையே’ என்று தலையைச் சொறிகிறான். சட்டென்று சல்மான் கான் ஞாபகம் வருகிறது. ‘அவரைக் கேட்டா என்ன?’

சிறிது நேரத்தில் சல்மான் கான் அந்தப் பையன்முன்னால் நிற்கிறார். அவனுக்குக் குழப்பம் தந்த சூத்திரத்தை அழகாகப் படம் வரைந்து பாகம் குறிக்கிறார்.

அதற்குள் நைஜீரியாவில் ஒரு கல்லூரி மாணவிக்கு வரலாற்றுப் பாடத்தில் சந்தேகம். சல்மான் கானுக்கு அழைப்பு விடுக்கிறாள். முகம் சுளிக்காமல் கணிதத்திலிருந்து சரித்திரத்துக்குத் தாவுகிறார் அவர்.

அதே நேரம் கலிஃபோர்னியாவில் ஒரு தாய், தன் மகனுக்கு உயிரியல் பாடம் சொல்லித்தருவதற்காக சல்மான் கானைக் கூப்பிடுகிறாள். அவரும் டி.என்.ஏ., ஆர்.என்.ஏ. என்று விளக்க ஆரம்பிக்கிறார்.

இப்படியே இந்தியா, இலங்கை, மலேசியா, சிங்கப்பூர், லண்டன், லட்சத்தீவுகள், கனடா, கம்போடியா என்று கோபால் பல்பொடி ரேஞ்சுக்கு உலகைச் சுற்றி வந்து பாடம் நடத்துகிறார் சல்மான் கான். அதுவும் தினசரி 24 மணி நேரமும், வருடத்திற்கு 365 நாளும்!

இது எப்படி சாத்தியம்? அவர் என்ன சல்மான் கானா? அல்லது சூப்பர் மேனா?

http://www.khanacademy.org/ என்கிற மிகப் பிரபலமான இணையதளத்தின் நிறுவனர் சல்மான் கான். எந்தவிதமான லாபநோக்கமும் இல்லாமல் தினசரி பல ஆயிரம் மாணவர்களுக்கு இன்டர்நெட்மூலம் இலவசமாகப் பாடம் நடத்திக்கொண்டிருக்கிறார். கணக்கு, இயற்பியல், வேதியியல், உயிரியல், வரலாறு, புள்ளியியல், பொருளாதாரம், வணிகம், நிதி விவகாரங்கள், முதலீடுகள் என்று வெவ்வேறு தலைப்புகளில் ஆயிரத்து ஐநூறுக்கும் மேற்பட்ட பாடங்களை வீடியோ படங்களாகப் பதிவுசெய்து தொகுத்துவைத்திருக்கிறார்.

இதில் விசேஷம் என்னவென்றால், இந்த வீடியோ பதிவுகளில் எவையும் மணிக்கணக்காகப் போரடிப்பதில்லை. அநேகமாக எல்லாமே ஏழெட்டு நிமிடங்களில் முடிந்துவிடுகின்றன. அந்தக் குறுகிய காலகட்டத்துக்குள் எப்பேர்ப்பட்ட சிக்கலான விஷயத்தையும் மிக எளிமையான உதாரணங்கள், விளக்கங்களின்மூலம் எல்லோருக்கும் புரியக்கூடிய விதத்தில் விவரித்துச் சொல்லிவிடுகிறார் இவர்.

சல்மானின் பெற்றோர் இந்தியா, பங்களாதேஷைச் சேர்ந்தவர்கள். ஆனால் இவர் பிறந்தது, வளர்ந்தது எல்லாமே அமெரிக்காவில்தான்.

சின்ன வயதிலிருந்தே சல்மான் ரொம்பச் சூட்டிகையான மாணவர். அந்தத் தலைமுறையின் மற்ற புத்திசாலிப் பையன்களைப்போல இவரும் கம்ப்யூட்டர் சயன்ஸ், எம்.பி.ஏ. படித்துவிட்டு நல்ல வேலையில் சேர்ந்தார். கைநிறைய சம்பாதித்தார். மொத்தத்தில் எந்தப் பெரிய ஆச்சர்யங்களும் இல்லாத 'வழக்க'மான ஒரு வாழ்க்கை.

2004ம் வருடம், சல்மான் கான் ஒரு குடும்ப விழாவில் கலந்துகொள்வதற்காகச் சென்றிருந்தார். அங்கே நாடியா என்கிற உறவுக்காரப் பெண் ஒருத்தியைச் சந்தித்தார், 'என்னம்மா? எப்படிப் படிக்கறே?' என்று சாதாரணமாக விசாரித்தார்.

அவ்வளவுதான். அந்தப் பெண் பயங்கரமாகப் புலம்ப ஆரம்பித்துவிட்டாள். 'எனக்குக் கணக்குப் பாடமே சரியா வரமாட்டேங்குது.'

சல்மானுக்கு ஆச்சர்யம். ஏழாங்கிளாஸ் கணக்குப் பாடங்கள் அவ்வளவு கஷ்டமா என்ன?

'ஆமா அங்கிள்' என்றாள் நாடியா, 'குறிப்பா இந்த கிராம், கிலோகிராம்ங்கற வார்த்தைங்களைக் கேட்டாலே தலை வலிக்குது!'

சல்மான் சிரித்தார். 'அது ஒண்ணும் பெரிய விஷயம் இல்லை நாடியா. நான் உனக்குச் சொல்லித்தர்றேன்!'

'எப்படி? நீங்க வேற ஊர்ல இருக்கீங்க. நான் வேற ஊர்ல இருக்கேனே?'

'அதனால என்ன? டெலிஃபோன் இருக்குல்ல? பேசுவோம்!'

இப்படித் தொலைபேசி வழியே தொடங்கிய 'பாட'ங்கள் அங்கிருந்து கம்ப்யூட்டருக்கு நகர்ந்தன. மெல்லமாக நாடியாவுக்குக் கணக்கின்மீது இருந்த கசப்பைக் கரைத்து நீக்கிவிட்டார் சல்மான் கான்.

இதனால் மற்ற உறவுக்காரர்கள், நண்பர்களும் சல்மானைத்

தேடி வந்தார்கள். 'எங்க பிள்ளைங்களுக்கும் கொஞ்சம் பாடம் சொல்லிக்கொடேன்ப்பா!'

சல்மான் திகைத்துப்போனார். நாள்முழுக்கப் பாடம் எடுத்துக்கொண்டிருந்தால் நான் எப்படி வேலையைப் பார்ப்பது?

அப்போதுதான் அவருக்கு அந்த யோசனை தோன்றியது, 'எல்லாப் பிள்ளைகளுக்கும் கிட்டத்தட்ட ஒரேமாதிரி பாடங்கள்தான், ஒரேமாதிரி சந்தேகங்கள்தான். இப்படி ஒவ்வொருவருக்கும் தனித்தனியே ட்யூஷன் எடுப்பதற்குப் பதில் மொத்தமாக ஏழெட்டு வீடியோக்களைப் பதிவு செய்து இன்டர்நெட்டில் ஏற்றிவிட்டால் என்ன? வேண்டியவர்கள் அவர்களே டவுன்லோட் செய்து பார்த்துக்கொள்வார்கள். எனக்கும் நேரம் வீணாகாது!'

அதுதான் ஆரம்பம். சல்மான் கானின் உறவினர்கள், நண்பர்களின் குடும்பங்களில் தொடங்கிப் படிப்படியாக அவருடைய வீடியோக்களைப் பல நூறு மாணவர்கள், ஆசிரியர்கள், பெற்றோர்கள் தேடிப் பார்க்க ஆரம்பித்தார்கள். அவருக்கு நன்றி சொல்லி ஈமெயில்கள் வந்து குவிந்தன.

உற்சாகமான சல்மான் கான் யாரும் சந்தேகம் கேட்பதற்கு முன்பாகத் தானாகவே முன்வந்து வெவ்வேறு பாடங்களைப் பதிவு செய்து இணையத்தில் ஏற்றத் தொடங்கினார். ஒற்றை க்ளிக்கில் பல்வேறு விஷயங்களைச் சுலபமாகக் கற்றுக்கொள்ளமுடிகிறதே என்று ஜனம் வந்து குவிந்தது. மிகக் குறுகிய காலகட்டத்துக்குள் அவருடைய இணையதளம் உலகிலேயே அதிக மாணவர்களால் பார்வையிடப்படுகிற பெருமையை அடைந்தது.

இந்தக் காலகட்டத்தில் சல்மான் கானின் நோக்கங்களும் வெகுவாக மாறியிருந்தன. ஒருசில மாணவர்களுக்கு உதவலாம் என்று இந்தப் பணியைத் தொடங்கிய அவர் இப்போது உலகில் எல்லோரும் நல்ல, தரமான கல்வியைப் பெறுவதற்கு உதவுகிற ஒரு சேவையாக இதனை மாற்றிக்கொண்டுவிட்டார். இதற்காக

நல்ல சம்பளம் கொடுத்துக்கொண்டிருந்த வேலையைக்கூட ராஜினாமா செய்துவிட்டு முழு நேரக் கல்விப் பணியில் ஈடுபட்டுவருகிறார் அவர்.

சல்மான் கானின் சேவையைப்பற்றி அறிந்த பல நிறுவனங்கள், கல்வி அமைப்புகள் அவரைத் தங்கள் மாணவர்களிடையே பேச அழைக்கின்றன. ‘எதையும் புரிந்துகொண்டு படியுங்கள். அப்படிப் படித்ததை மற்றவர்களோடு பகிர்ந்துகொள்ளுங்கள். எல்லோரும் சொல்லிக்கொடுங்கள்’ என்பதையே தனது வாழ்க்கைச் செய்தியாகத் திரும்பத் திரும்பச் சொல்கிறார் அவர்.

ஆனால் இந்த வீடியோக்களெல்லாம் இன்டர்நெட் வசதி உள்ள மேல்தட்டு மாணவர்களுக்குதானே பயன்படும்? கிராமங்கள், குக்கிராமங்களில் இருக்கும் ஏழைப் பையன்கள், பெண்களெல்லாம் சல்மான் கானின் சிஷ்யர்களாகமுடியாதா?

அதுவும் சாத்தியமே. சல்மான் கானின் வீடியோக்கள் அனைத்தும் முழுக்க முழுக்க இலவசம். அவற்றை யார் வேண்டுமானாலும் டவுன்லோட் செய்து சிடி / டிவிடிகளில் பதிவு செய்து விநியோகிக்கலாம். பள்ளிகள் அல்லது வீடுகளில் திரையிட்டுக் காண்பிக்கலாம். ஏற்கெனவே பல சேவை அமைப்புகள் இதை மும்முரமாகச் செய்துவருகின்றன.

சல்மான் கானின் கனவு, ‘இந்தப் பாடம் எனக்குப் புரியவில்லையே’ என்று எந்தப் பிள்ளையும் நம்பிக்கை இழக்கக்கூடாது. எதையும் கற்றுக்கொள்வதற்கு, அதைப் பயன்படுத்தி உலகத்தை மேம்படுத்துவதற்கு அவர்களுக்கு ஒரு வாய்ப்பு வழங்கப்படவேண்டும். அந்தக் கனவை நிஜமாக்கும் பாதையில் இந்தக் ‘கான் அகாதெமி’ இணைய தளம் ஒரு சின்ன முதல் படி மட்டுமே!

7. கழுதைமேல் ஒரு நூலகம்

அது ஒரு சின்னஞ்சிறிய வீடு. உள்ளே இருக்கும் அறைகள் எல்லாமே ரொம்பச் சின்னவை, எளிமையானவைதான்.

ஆனால் அந்த அறைகளுக்குள் நுழைகிற யாரும் சில விநாடிகளுக்குப் பேச்சற்றுப்போய் நிற்பது நிச்சயம். காரணம் அவற்றில் தரை தொடங்கிக் கூரைவரைக்கும் எங்கே பார்த்தாலும் புத்தகங்கள், புத்தகங்கள், புத்தகங்கள்தான். கொஞ்சம் கால் இடறினாலும் ஏதாவது ஒரு படக்கதை அல்லது நாவல் அல்லது கவிதைப் புத்தகத்தின்மீதுதான் விழவேண்டும்!

எங்கள் நூலகத்தில் கிட்டத்தட்ட ஐந்தாயிரம் புத்தகங்கள் இருக்கின்றன' என்கிறார் லூயிஸ் சொரியானோ. 'அதில் பாதியைத்தான் இங்கே அடுக்கிவைக்கமுடிந்தது. மிச்சத்தை நண்பர்கள், உறவினர்கள் சிலருடைய வீடுகளில் பிரித்து வைத்திருக்கிறேன். இல்லையென்றால் நானும் என் மனைவி, குழந்தைகளும் வசிப்பதற்குக்கூட இங்கே இடம் இருக்காது!'

கொலம்பியாவைச் சேர்ந்த லூயிஸ் சொரியானோ ஓர் ஆரம்பப் பள்ளி ஆசிரியர். தனது ஓய்வு நேரத்தில் குழந்தைகளுக்காக 'பிப்லியோபர்ரோ' என்ற பெயரில் நூலகம் ஒன்றை நடத்திவருகிறார்.

மற்ற நூலகங்களுக்கும் பிப்லியோபர்ரோவுக்கும் முக்கியமான வித்தியாசம், இந்தப் புத்தகங்களைப் படித்துப் பலன் பெறும் நூற்றுக்கணக்கான மாணவர்கள் பதினைந்து வெவ்வேறு கிராமங்களில் இருக்கிறார்கள். இவர்கள் ஒவ்வொருவருக்கும் தேவைப்படுகிற நூல்களை எடுத்துக்கொண்டு லூயிஸ் சொரியானோவே அவர்களைத் தேடிச் செல்கிறார், அதுவும் கழுதைமேல் ஏறி!

ஒவ்வொரு வாரமும் புதன், சனிக் கிழமைகளில் லூயிஸ் சொரியானோ தனது இரண்டு கழுதைகளைத் தயார் செய்கிறார். ஒரு கழுதையின் முதுகில் இருபுறமும் மர அலமாரிகளைக் கட்டித் தொங்கவிடுகிறார். அவற்றில் நூறுக்கும் மேற்பட்ட புத்தகங்கள் அடுக்கப்படுகின்றன. மீதமுள்ள புத்தகங்கள் இரண்டாவது கழுதையின்மேல் ஏறுகின்றன. கூடவே சில படுக்கை விரிப்புகளும்.

கடைசியாக ‘பிப்லியோபர்ரோ’ என்று எழுதிய செவ்வகப் பெட்டி ஒன்றை எடுத்துக்கொண்டு ஒரு கழுதையின்மேல் ஏறி உட்கார்கிறார் லூயிஸ். பயணம் தொடங்குகிறது.

அடுத்த பல மைல்கள் அவரும் கழுதைகளும் கிராமங்கள், காடுகள், மலைப் பாதைகள், ஆறுகளையெல்லாம் கடந்து செல்கிறார்கள். மணிக்கணக்காகக் கழுதை முதுகில் குலுங்கக் குலுங்க உட்கார்ந்து வந்ததில் லூயிஸுக்கு உடம்பெல்லாம் வலிக்கிறது. அதைப் பற்றிக் கவலைப்படாமல் தன் பயணத்தைத் தொடர்கிறார்.

ஒருவழியாக அவர்கள் தேடி வந்த கிராமம் நெருங்குகிறது. ஊர் எல்லையிலேயே குழந்தைகள் பலர் காத்திருக்கிறார்கள். இவரைப் பார்த்தவுடன் குஷியாக ஓடி வருகிறார்கள். கழுதைகளைச் சுற்றிக்கொள்கிறார்கள்.

உடனே லூயிஸ் தனது களைப்பைக்கூட மறந்துவிடுகிறார். எல்லோரையும் அன்பாக நலம் விசாரித்தபடி கழுதையிலிருந்து இறங்குகிறார். தன் கையிலிருக்கும் செவ்வகப் பெட்டியைப்

பிரித்துப்போட்டு மேஜையாக்குகிறார். அதில் சில குழந்தைகளை உட்காரவைக்கிறார். மற்றவர்களுக்காகக் கீழே படுக்கை விரிப்புகளைப் போடுகிறார். எல்லோருக்கும் புத்தகங்களை விநியோகிக்கிறார். அவர்கள் உற்சாகமாகப் படிக்கத் தொடங்குவதைப் புன்னகையோடு ரசிக்கிறார்.

சில குழந்தேகள் தயக்கமாகத் தள்ளி நிற்கின்றன. லூயிஸ் அவற்றைத் தன்னருகே அழைக்கிறார். 'எந்தப் புத்தகம் வேணுமோ நீங்களே எடுத்துப் படிங்க' என்று உற்சாகப்படுத்துகிறார். அவரே சில குழந்தைகளுக்குப் படித்துக்காட்டுகிறார். புரியாதவற்றை விளக்கிச் சொல்கிறார்.

பிப்லியோபர்ரோ நூலகத்தில் உள்ள புத்தகங்களை இந்தக் குழந்தைகள் படிக்கலாம், வீட்டுக்கு எடுத்துச்செல்லலாம். இதற்காக லூயிஸ் ஒரு பைசா வசூலிப்பது கிடையாது. எல்லாம் எல்லோருக்கும் இலவசம்!

இந்த மலைக் கிராமப் பிள்ளைகளுக்கு வேறு எந்த வழியிலும் புத்தக வாசனை அடிக்க வாய்ப்பில்லை. இவர்கள் படிக்க, வீட்டுப்பாடம் செய்ய, உலகத்தைப் பற்றித் தெரிந்துகொள்ள, நல்ல குணங்களை வளர்த்துக்கொள்ள உதவுவதற்கெனவே தனி மனிதராக இந்த நடமாடும் நூலகத்தை நடத்திவருகிறார் லூயிஸ் சொரியானோ.

கொலம்பியா பல ஆண்டுகள் போர், கலவரங்களால் பாதிக்கப்பட்ட ஒரு பிரதேசம். ஆகவே அங்கே வறுமை அதிகம். முன்னேற்றம் குறைவு. பெரும்பாலான பெற்றோர் தங்கள் பிள்ளைகளைப் படிக்கவைக்க விரும்புவதில்லை. அப்படி அவர்கள் விரும்பினாலும் குழந்தைகள் சேர்ந்து படிக்கப் போதுமான பள்ளிகள் இல்லை, ஆசிரியர்கள் இல்லை, புத்தகங்கள் இல்லை.

லூயிஸும் அப்படி ஒரு குடும்பச் சூழலில் வளர்ந்தவர்தான். ஏதோ அதிர்ஷ்டம். படித்து முன்னேறி ஆசிரியராகிவிட்டார்.

'அதன்பிறகுதான் எனக்கு வாசிப்பின் முக்கியத்துவம்

புரிய ஆரம்பித்தது' என்கிறார் அவர். 'வறுமை என்பது படிக்காமல் இருப்பதற்கான சாக்கு அல்ல. உண்மையில் அந்தமாதிரி பிள்ளைகள்தான் அதிகம் படிக்கவேண்டும். இல்லாவிட்டால் காலத்துக்கும் அவர்கள் ஏழைகளாகவே இருந்துவிடவேண்டியதுதான்.'

இப்படி யோசித்த லூயிஸ் தன்னிடமிருந்த சில புத்தகங்களை அக்கம்பக்கத்துக் குழந்தைகளுக்குப் படிக்கக் கொடுத்தார். அப்போது அவர்கள் முகத்தில் தெரிந்த ஒளி, படிப்பதில் அவர்கள் காட்டிய ஆர்வம் எல்லாமே அவருக்குப் பரவசமூட்டியது.

அவரது இந்தச் சேவையைப் பற்றித் தெரிந்துகொண்ட மற்றவர்கள் அவருக்குப் புத்தகங்களை நன்கொடையாக வழங்க ஆரம்பித்தார்கள். பாடநூல்கள், கதை, கவிதைகள், காமிக்ஸ்கள், பயிற்சி ஏடுகள் என பிப்லியோபர்ரோ நூலகம் வளர்ந்தது.

ஆனால் இந்தப் புத்தகங்களையெல்லாம் அவருடைய சொந்த ஊரில் உள்ள பிள்ளைகள்மட்டுமே பயன்படுத்திக்கொள்ளமுடிந்தது. தொலைதூரத்தில் உள்ள மற்ற ஏழைக் குழந்தைகளுக்கு இந்த நூலகத்தைக் கொண்டுசேர்ப்பது எப்படி?

அப்போது லூயிஸ் சொரியானோ வீட்டில் இரண்டு கழுதைகள் சும்மா நின்றுகொண்டிருந்தன. அவற்றைப் பார்த்தவுடன் அவருக்கு ஒரு யோசனை. 'கழுதைங்க நல்லாப் பொதி சுமக்குமே, இதுங்களை வெச்சுகிட்டு நாம ஒரு நடமாடும் லைப்ரரி நடத்தினா என்ன?'

இப்படி வெறும் 70 புத்தகங்களோடு 1990ல் தொடங்கிய பிப்லியோபர்ரோ பயணம் இருபது ஆண்டுகளாகத் தொடர்ந்து கொண்டிருக்கிறது. பல ஆயிரம் மாணவர்கள் இதன்மூலம் பலன் பெற்றிருக்கிறார்கள்.

வாரம்தோறும் லூயிஸ் சொரியானோ சந்திக்கிற குழந்தைகளில் மிகச் சிலர்தான் பள்ளிகளில் சேர்ந்து

படிக்கிறவர்கள். மற்ற குழந்தைகளெல்லாம் இவரிடம்தான் ஆனா ஆவன்னாவே கற்றுக்கொள்கிறார்கள். அவர்களுடைய அறிவை விசாலப்படுத்துவதற்காகவே தன் வாழ்க்கையை அர்ப்பணித்துக்கொண்டுவிட்டார் இவர்.

இந்தக் கழுதைச் சவாரியில் ஒரே பிரச்னை, நேரம். வாராவாரம் பல மணி நேரங்களைப் பயணத்திலேயே செலவிட்டுவிடுவதால் அவரால் சுழற்சிமுறையில் ஒன்றிரண்டு கிராமங்களைமட்டுமே கவனிக்கமுடிகிறது. இதனால் அவர் ஒருமுறை சென்ற கிராமத்துக்கு இன்னொருமுறை செல்வதற்குச் சில வாரங்களாவது ஆகும். அதுவரை அந்தக் குழந்தைகள் ஏக்கத்தோடு காத்திருக்கவேண்டியதுதான்.

லூயிஸ் சொரியானோவின் கனவு, ஒவ்வொரு கிராமத்திலும் உள்ளூர்க் குழந்தைகளுக்குப் பயன்படக்கூடிய ஒரு நிரந்தர நூலகத்தை அமைப்பது. அங்கே புத்தகங்களை வெறுமனே அடுக்குவதோடு நிறுத்திவிடாமல், குழந்தைகள் உட்கார்ந்து படிக்கக்கூடிய ஒரு சூழலை உருவாக்குவது.

ஆனால், இதற்கெல்லாம் போதுமான நிதி சேகரிக்கவேண்டுமே! அந்த ஒரு காரணத்தாலேயே இந்த ப்ராஜெக்ட் தள்ளிப்போடப் பட்டுக்கொண்டிருக்கிறது. லூயிஸூம் வாரம் இரண்டு நாள்கள் கழுதை மேலேறிப் புத்தகப் பயணம் செய்துகொண்டிருக்கிறார்.

ஆரம்பத்தில் அவருடைய கழுதைச் சவாரியைப் பல கிராமவாசிகள் கேலி செய்தார்கள். 'கோமாளி வர்றான் பாரு!' என்றார்கள். ஆனால் காலப்போக்கில் அவர்கள் அவருடைய உன்னதமான நோக்கத்தைப் புரிந்துகொண்டு தங்களால் இயன்ற உதவிகளைச் செய்யத் தொடங்கிவிட்டார்கள்.

ஆயினும், சரியான சாலை வசதிகள் இல்லாத கொலம்பியாவின் காட்டுப் பகுதிகளில் போதுமான பாதுகாப்பு ஏற்பாடுகள் இன்றி லூயிஸ் சொரியானோ பயணம் செய்வது ஆபத்துதான். சிறிதுகாலத்துக்குமுன்னால் கழுதையிலிருந்து விழுந்து அவருக்குக் கடும் காயம் ஏற்பட்டுவிட்டது.

'அதுகூடக் கொஞ்சம் பரவாயில்லை. ஒருமுறை நான் என்னுடைய கழுதைகளோடு ஒரு நதியைக் கடந்துகொண்டிருந்தபோது வழிப்பறித் திருடர்கள் என்னைச் சுற்றிவளைத்துப் பிடித்துவிட்டார்கள்' என்று சிரிக்கிறார் லூயிஸ் சொரியானோ. 'அவர்கள் என்னைத் தலைகீழாகப் புரட்டிப்போட்டுத் தேடியும் ஒரு பைசாகூடத் தேறவில்லை. கடுப்பாகி என்னை ஒரு மரத்தில் கட்டிவைத்துவிட்டார்கள்!'

அச்சச்சோ. அப்புறம்?

'கடைசியாக, அவர்கள் என்னிடம் இருந்த ஒரு புத்தகத்தைமட்டும் பிடுங்கிக்கொண்டு என்னை விடுவித்துவிட்டார்கள்!'

நல்ல விஷயம்தான். திருடனுக்கும் கல்வி தரும் பிப்லியோபர்ரோ!

8. கிரிக்கெட் வைத்தியம்

கிரிக்கெட் விளையாட்டை ‘ஜென்டில்மென்’ஸ் கேம்’ என்று சொல்வார்கள். அதாவது கனவான்களின் ஆட்டம். ஆங்கிலத்தில் இப்போதும் ஏதாவது குற்றம் செய்கிறவர்கள், சட்டத்தை மீறி நடந்துகொள்கிறவர்களைப் பார்த்து ’இட்ஸ் நாட் கிரிக்கெட்’ என்று சொல்கிற வழக்கம் உண்டு!

இப்படிக் கண்ணியமான ஆட்டம் என்று பெயர் வாங்கிய கிரிக்கெட்டிலும் கடந்த சில ஆண்டுகளாக அநாகரிகமான செயல்பாடுகள் புகுந்துவிட்டன. போட்டி தொடங்குவதற்கு முன்பாகவே எதிர் அணி வீரர்களைத் தாக்கிப் பேட்டிகள் கொடுப்பது, அவர்கள் பேட்டிங் செய்யும்போது வேண்டுமென்றே ஏதாவது கடுப்பேற்றும்விதமாகப் பேசி கவனத்தைச் சிதறடிப்பது, ரன் ஓடும்போது வழியில் காலை நீட்டி விழவைப்பது, பந்தைச் சுரண்டி அதன் வடிவத்தை மாற்றி விக்கெட் எடுப்பது, மைதானத்துக்கு வெளியே மேட்ச் ஃபிக்ஸிங், ஸ்பாட்ஃபிக்ஸிங் என்று கிரிக்கெட்டில் எல்லா வில்லத்தனங்களும் நுழைந்தாகிவிட்டது.

இப்போதும் கிரிக்கெட்டின் மரியாதையைக் குலைத்துவிடாமல் ஆடும் வீரர்கள் பலர் இருக்கிறார்கள். ஆனால் அதற்கு

நேரெதிராக எதிரணியை அவமானப்படுத்தி அல்லது அடாவடியாக ஏமாற்றிதான் நாம் ஜெயிக்கமுடியும் என்று நினைக்கிறவர்களும் அதிகமாகிக்கொண்டிருக்கிறார்கள். இவர்களில் பெரும்பாலானோர் இளைஞர்கள் என்பதுதான் வருத்தமான செய்தி.

புதிய தலைமுறைக்குக் கிரிக்கெட் சொல்லும் செய்தி என்ன? விளையாட்டு என்பது திறமையால் ஜெயிக்கவேண்டிய விஷயமா? அல்லது ஜெயிப்பதற்காக எவ்வளவு தூரம் ஒழுக்கம் தவறினாலும் பரவாயில்லையா?

இந்தக் கேள்விக்கான பதில் நாம் சற்றும் எதிர்பாராத இடத்திலிருந்து கிடைக்கிறது, அமெரிக்கா!

கிரிக்கெட்டுக்கும் அமெரிக்காவுக்கும் ரொம்ப தூரம். கிட்டத்தட்ட கிரிக்கெட்மாதிரியே விளையாடப்படும் பேஸ்பால்தான் அங்கே மிகப் பிரபலம்.

ஆனால் அதே அமெரிக்காவைச் சேர்ந்த ஒரு கிரிக்கெட் அணி இப்போது உலகம்முழுக்கச் சுற்றுப்பயணங்கள் செய்து விளையாடிவருகிறது. கிரிக்கெட்டில் பழம் தின்று கொட்டை போட்ட அணிகளாகிய இங்கிலாந்து, ஆஸ்திரேலியா, இந்தியா உள்ளிட்ட நாடுகளைச் சேர்ந்த அணிகளுடன் மோதிக்கொண்டிருக்கிறது.

ஆச்சர்யமான விஷயம், இந்த அணியில் உள்ள பலர் முன்னாள் ரௌடிகள், இன்னும் சரியாகச் சொல்வதென்றால் முன்னாள் தாதாக்கள், அந்தக்கால 'கேங்ஸ்டார்'கள்!

அமெரிக்காவின் லாஸ் ஏஞ்சலஸ் மாகாணத்தில் உள்ள ஒரு நகரம் காம்ப்டன். 'ரொம்ப ஆபத்தான ஏரியா' என்று அந்த ஊர்ப் போலிஸிடம் சர்ட்டிஃபிகேட் வாங்கிய ஊர்.

காரணம், இங்கே வாழ்கிறவர்களில் பெரும்பாலானோர் குற்றங்களை நம்பிப் பிழைக்கிறவர்கள். அடுத்தவர்களிடமிருந்து பிடுங்கி வாழ்கிறவர்கள். கொலை, கொள்ளை, வழிப்பறி,

கற்பழிப்பு, போதைமருந்து, கூட்டு அடிதடிகள், போலிஸ் துரத்தல், துப்பாக்கிச் சூடு, கைது, சிறைவாசம், ஜாமீன், மறுபடி குற்றம், மறுபடி கைது... இதுதான் காம்ப்டனில் வாழும் பலருடைய வாழ்க்கைச் சுழல்!

இங்கே உள்ள பலருக்கு வசிக்க வீடுகூட இல்லை. தெருவாசம், இல்லாவிட்டால் சிறைவாசம், இவர்களுக்கு இரண்டுமே ஒன்றுதான்.

இந்தக் குற்றச் சூழலினால் அதிகம் பாதிக்கப்படுகிறவர்கள் என்று பார்த்தால், குழந்தைகள் மற்றும் இளைஞர்கள். இங்குள்ள சில மிக மோசமான பகுதிகளில் பிறந்தவர்கள் என்கிற ஒரே காரணத்தால் இவர்களுக்கு யாரும் வேலை தருவதில்லை. அப்படியே தந்தாலும் இவர்கள் அப்படி அடங்கிக் கிடக்க விரும்புவதில்லை. சின்ன வயதிலிருந்தே பிக்பாக்கெட், புகை, குடி, கலாட்டா என்று பழகுவது அவர்களுக்கு மிகச் சுலபமாகவும் சவுகர்யமாகவும் இருக்கிறது. அப்படி எளிதாகப் பணம் சம்பாதிக்க வழிகள் இருக்கும்போது யாராவது கஷ்டப்பட்டு வேலை செய்வார்களா?

இப்படிக் காம்ப்டனில் ஒவ்வொரு தலைமுறையும் குற்றங்களின் சுழலில் சிக்கித் திணறுவதைப் பார்த்த பல சமூக சேவகர்கள் அவர்களைத் திருத்தி வழிநடத்தும்முயற்சிகளைச் செய்திருக்கிறார்கள். ஆனால் எதுவும் சரிப்படவில்லை. சிலர் திருந்துவதுபோல் தெரியும். ஆனால் ஒரு சின்ன வாய்ப்புக் கிடைத்தால்கூட உடனே பழைய பாதைக்குத் திரும்பிவிடுகிறார்கள். அந்தக் கவர்ச்சி அவர்களைச் சுண்டி இழுக்கிறது.

இந்தச் சூழ்நிலையில் தொண்ணூறுகளின் மத்தியில் டெட் ஹயெஸ் என்ற சமூக சேவகர் காம்ப்டன் மக்களைத் திசைதிருப்புவதற்காக ஒரு புதிய முயற்சியைத் தொடங்கினார். அது, முற்றிலும் காம்ப்டனில் வசிப்பவர்களைமட்டுமே கொண்ட ஒரு பிரத்யேகக் கிரிக்கெட் க்ளப்!

அமெரிக்காவில் எத்தனையோ பிரபலமான விளையாட்டுகள் இருக்க இவர் ஏன் கிரிக்கெட்டைத் தேர்ந்தெடுக்கவேண்டும்? இந்தக் கேள்விக்கு டெட் ஹயெஸ் சொல்லும் பதில் மிகச் சுவாரஸ்யமானது. ‘மற்ற பல விளையாட்டுகளுடன் ஒப்பிடும்போது கிரிக்கெட்டில் ஒழுங்கு அதிகம். அதன் விதிமுறைகளை ஒழுங்காகப் பின்பற்றிப் பழகியவர்கள் நிஜத்திலும் ஒழுக்கமாக வாழத் தொடங்குவார்கள் என்று நாங்கள் நம்பினோம்!’

இப்படியாகக் காம்ப்டன் கிரிக்கெட் க்ளப் உதயமானது. தெருவில் அடிதடிச் சண்டை போட்டுக்கொண்டிருந்தவர்கள், தப்புச் செய்துவிட்டுப் போலிஸிடமிருந்து ஒளிந்து வாழ்ந்தவர்கள், வேலைக்குப் போகலாமா அல்லது வழிப்பறிக்குப் போகலாமா என்று யோசித்துக் குழம்பிக்கொண்டிருந்த இளைஞர்கள் என்று பலதரப்பட்டவர்களையும் அழைத்துவந்து கிரிக்கெட் சொல்லித்தர ஆரம்பித்தார் டெட் ஹயெஸ். தெருமுனைதான் கிரிக்கெட் ஸ்டேடியம், குப்பைத் தொட்டிதான் ஸ்டம்ப், கைக்குக் கிடைத்த கட்டைதான் கிரிக்கெட் பேட், ‘அடிடா ராசா’ என்று அவர்களைச் சுதந்திரமாக விளையாடவிட்டார்.

ஆரம்பத்தில் அந்த அமெரிக்க இளைஞர்களுக்குக் ‘கிரிக்கெட்’ என்ற வார்த்தையே விநோதமாக இருந்தது. ஆனாலும் அதன் காட்டடி த்ரில்லுக்கு மயங்கி விளையாட வந்தார்கள். கொஞ்சம் கொஞ்சமாக ஆட்ட நுணுக்கங்களைப் புரிந்துகொண்டு பின்பற்றத் தொடங்கினார்கள். டெட் ஹயெஸ் நினைத்ததுபோலவே அது அவர்களுடைய வாழ்க்கையையும் மாற்ற ஆரம்பித்தது.

அதற்காக காம்ப்டன் கிரிக்கெட் க்ளப்பில் சேர்ந்த எல்லோருமே மனம் திருந்தி நல்லவர்களாகிவிட்டார்களா என்றால், இல்லை. ஆனால் முன்பு இலக்கின்றித் திரிந்துகொண்டிருந்தவர்கள் பலர் இப்போது ஓர் ஒழுங்கான வாழ்க்கையை விரும்பத் தொடங்கினார்கள். தொடர்ச்சியான பயிற்சி, போட்டி ஆட்டங்களில் பங்கேற்பது, சக வீரர்கள் மற்றும் ரசிகர்(?)களின் பாராட்டு போன்றவை அவர்களுக்குப் பிடித்துப்போயின.

தங்களாலும் உருப்படியாக வாழமுடியும் என்கிற தன்னம்பிக்கையை வளர்த்துக்கொண்டார்கள். மிகச் சிலரைத் தவிர மற்ற எல்லோருமே தங்களது பழைய வன்முறை, குற்றங்கள் நிறைந்த வாழ்க்கையை மாற்றிக்கொண்டுவிட்டார்கள். கௌரவமான கிரிக்கெட் வீரர்களாகிவிட்டார்கள்!

1996ல் அமெரிக்கா வந்த பிரிட்டிஷ் இளவரசர் எட்வர்ட் இந்தக் குழுவைப் பற்றிக் கேள்விப்பட்டு அசந்துபோனார். இவர்களை நேரில் சந்தித்து வாழ்த்தினார். பின்னர் 1997ல் காம்ப்டன் கிரிக்கெட் க்ளப் இங்கிலாந்து சென்றபோது பக்கிங்ஹாம் அரண்மனையில் இவர்களுக்குத் தேநீர் விருந்து தந்து கௌரவித்தார் இளவரசர்!

'படுமோசமான குற்றப் பின்னணி கொண்ட ஒரு 'தாதா'க் கும்பலைக் கிரிக்கெட் வைத்தியம் குணப்படுத்திக் கண்ணியமான மனிதர்களாக மாற்றியிருக்கிறது. இன்னும் பல காம்ப்டன் இளைஞர்களை மாற்றிக்கொண்டிருக்கிறது. இத்தனைக்கும் அடிப்பட்டைக் காரணம், கிரிக்கெட்டின் ஒழுக்கம் நிறைந்த ஆட்டச்சூழல்தான்' என்கிறார் டெட் ஹயெஸ். 'அதனால், கிரிக்கெட்டைப் பயன்படுத்தி அமெரிக்காமுழுவதும் மேலும் பல இளைஞர்களை நல்வழிப்படுத்துகிற சமூக நலத் திட்டங்களை வைத்திருக்கிறோம்.'

புரியவேண்டியவர்களுக்குப் புரிந்தால் சரி!

9. சின்னஞ்சிறு நூலகங்கள்

உங்கள் வீட்டில் புத்தக அலமாரி உண்டா? அதில் குறைந்தபட்சம் இருபது புத்தகங்களாவது உண்டா?

ஆம் எனில், நீங்கள் ஆயிரத்தில் ஒருவர். இந்தியாவில்மட்டுமல்ல, உலகம்முழுவதுமே, நூற்றுக்கு ஐந்து வீடுகளில் புத்தக அலமாரிகள் இடம்பெற்றிருந்தால் அதிகம்!

இத்தனைக்கும், புத்தகங்கள்தான் அறிவை வளர்த்துக்கொள்வதற்கான முக்கியமான சாதனங்கள் என்று பெரும்பாலானோருக்கு நன்றாகத் தெரிகிறது. ஆனாலும் ஏனோ, பெரிய பணக்காரர்கள்கூடக் காசு செலவழித்துப் புத்தகம் வாங்கத் தயங்குகிறார்கள்.

சரி, சொந்தமாகப் புத்தகம் வாங்காவிட்டால் என்ன? நூலகத்தில் சென்று படிக்கலாமே?

அதுவும் அவஸ்தைதான், நூலகம் எங்கே இருக்கிறது என்று தேடவேண்டும், அதில் உறுப்பினராகவேண்டும், அவர்கள் நூலகத்தைத் திறந்துவைத்திருக்கும் நேரத்தில்தான் நாம் அங்கே சென்று பார்க்கமுடியும், லேட்டாகப் போனால்

கதவைச் சாத்திவிடுவார்கள், சரியான நேரத்தில் சென்றாலும், ஆயிரக்கணக்கான புத்தகங்களில் நமக்குப் பிடித்ததைத் தேடி எடுக்கவேண்டும், வீட்டுக்கு எடுத்து வந்து உடனே படிக்கவேண்டும், பத்து நாளில் திருப்பிக்கொடுக்கவேண்டும், இல்லாவிட்டால் அபராதம் செலுத்தவேண்டும்... எத்தனை சிரமங்கள்!

இப்படிச் சவுகர்யம் பார்ப்பதாலேயே, பல நல்ல புத்தகங்கள் படிக்கப்படாமல் போகின்றன, ஒரு புத்தகத்தைக்கூடப் புரட்டாமலே வருடங்களைக் கடத்திவிடுகிறவர்கள் உண்டு. இது வேதனையான விஷயமில்லையா?

டாட் பால் என்று ஒருவர் இப்படித்தான் யோசித்தார். மக்களைப் புத்தகம் படிக்கவைக்கவேண்டும், அதற்காக அவர்கள் ரொம்பச் சிரமப்படாமல், காசைப்பற்றிக் கவலைப்படாமல் நினைத்த நேரத்தில் நினைத்த இடத்தில் ஒரு புத்தகத்தை எடுத்துப் படிக்க ஆரம்பித்துவிடவேண்டும், அதற்கு என்ன வழி?

ரிக் ப்ரூக்ஸ் என்ற இன்னொரு நண்பரிடம் அவர் இதைப்பற்றிப் பேசிக்கொண்டிருந்தபோது, அவர்களுக்கு ஒரு நல்ல யோசனை கிடைத்தது, ‘நம் வீட்டுத் தோட்டத்தில் சின்னதாக ஒரு நூலகம் ஆரம்பித்தால் என்ன?’

‘என்னமாதிரி நூலகம்? அதுல எப்படிப்பட்ட புக்ஸ் இருக்கும்?’

‘அப்படியெல்லாம் நாம எந்தக் கட்டுப்பாடும் வெச்சுக்கவேணாம், எல்லாரும் படிக்கிறமாதிரி புத்தகங்களை அடுக்கிவைப்போம், மக்கள் வேண்டியதை எடுத்துப் படிக்கட்டும்.’

‘இலவசமாவா?’

‘ஆமா, யார் வேணும்ன்னாலும் எந்தப் புத்தகத்தையும் எடுத்துக்கிட்டுப் போகலாம், எவ்ளோ நாள் வேணும்ன்னாலும் வெச்சிருந்து படிக்கலாம், எப்போ வேணும்ன்னாலும் திரும்பக் கொண்டுவந்து வைக்கலாம், அந்தப் புத்தகம் அவங்களுக்கு

ரொம்பப் பிடிச்சுடுச்சுன்னா அவங்களே அதை வெச்சுக்கலாம். முடிஞ்சா, அதுக்குப் பதிலா வேறொரு புத்தகத்தைக் கொண்டுவந்து இந்த லைப்ரரியில வெச்சா சந்தோஷம், இல்லாட்டியும் பரவாயில்லை!'

'இப்படிச் சொன்னா மக்கள் ஒரே நாள்ல எல்லா புக்கையும் காலி செஞ்சுடமாட்டாங்களா?'

'நம்ம ஜனங்களை அவ்ளோ மோசமா எடைபோடவேணாம், ஒரு முயற்சி செஞ்சு பார்ப்போமே!'

டாட் பாலுக்குத் தச்சு வேலையில் ஆர்வம் அதிகம். மளமளவென்று கருவிகளைத் தேடி எடுத்தார். வீட்டில் கிடந்த பழைய மர சாமான்களையெல்லாம் திரட்டிக் கொட்டி ரிப்பேர் செய்து கச்சிதமான குட்டி நூலகம் ஒன்றைத் தயாரித்துவிட்டார்.

உண்மையில் அது நூலகமே அல்ல. கொஞ்சம் பெரிய சைஸ் மரப் பெட்டி, அதற்குக் கண்ணாடிக் கதவு ஒன்று, இவற்றை நிறுத்திவைப்பதற்காக மரத்தால் ஆன ஒரு கால். அவ்வளவுதான்.

அந்தப் பெட்டிக்குள் சுமார் இருபது புத்தகங்களை நிரப்பினார் டாட் பால். அதைத் தன்னுடைய தோட்டத்தின் விளிம்பில், வெளியே நடந்து செல்கிறவர்கள் கண்ணில் படும்படியாக வைத்தார். அதன்மேல் 'இலவச நூலகம்' என்று எழுதினார். 'எந்தப் புத்தகத்தை வேண்டுமானாலும் எடுத்துப் படியுங்கள், பதிலுக்கு உங்கள் வீட்டில் உள்ள புத்தகங்களை இங்கே கொண்டுவந்து வையுங்கள், அறிவைப் பகிர்ந்துகொள்ளுங்கள்' என்று அறிவித்தார்.

ஆரம்பத்தில் அந்தப் பெட்டியை யாரும் கண்டுகொள்ளவில்லை. அப்புறம் அந்தப் பக்கமாகச் சென்றவர்கள் சிலர் நின்று கவனித்தார்கள், உள்ளே இருந்த புத்தகங்களைப் புரட்டினார்கள், தங்களுக்குப் பிடித்தவற்றை எடுத்துக்கொண்டார்கள். அடுத்தமுறை அந்தப் பக்கமாகத் திரும்பி வரும்போது வேறு சில புத்தகங்களைக் கொண்டுவந்து நிரப்பினார்கள்.

இதனால், டாட் பாலின் நூலகம் எப்போதும் புதுசாகவே இருந்தது, பழைய புத்தகங்களை யாராவது எடுத்துச் செல்வதும் புதிய புத்தகங்கள் வந்து குவிவதும் அந்தப் பகுதி ஜனங்களுக்கு மிகுந்த ஆர்வம் ஊட்டியது. இதற்காகவே அவர் வீட்டைத் தேடி வருகிற 'ரெகுலர் கஸ்டமர்'கள்கூட உண்டு.

முக்கியமான விஷயம், அந்த நூலகத்துக்குப் பொறுப்பாளி என்று யாருமே கிடையாது. வருடம் முன்னூற்று அறுபத்தைந்து நாள்களும், இருபத்து நான்கு மணி நேரமும் அது திறந்தே கிடக்கிறது, நடு ராத்திரி பன்னிரண்டு மணிக்குக்கூட யாராவது அங்கே வந்து புத்தகங்களை எடுத்துச் செல்லலாம், காவலாளி இல்லை, புத்தகத்தைத் தாமதமாகக் கொண்டுவந்து வைத்தால் அபராதம் இல்லை, புதுப் புத்தகங்களை வாங்கும் செலவு இல்லை, ஆனால் ஆண்டுமுழுவதும் அங்கே வித்தியாசமான புத்தகங்கள் தொடர்ந்து கிடைத்துக்கொண்டே இருந்தன.

இதனால், அந்தப் பகுதி மக்களிடையே, குறிப்பாகக் குழந்தைகள் மத்தியில் வாசிப்புப் பழக்கம் பெருகியது. படித்த நல்ல புத்தகங்களை மற்றவர்களுடன் பகிர்ந்துகொள்ளவேண்டும் என்கிற எண்ணமும் அதிகரித்தது. இது 'நம்ம லைப்ரரி' என்று அதை மிகவும் அக்கறையாகப் பராமரிக்கத் தொடங்கினார்கள்.

ஒரே ஒரு சின்ன மரப்பெட்டியால், ஓர் ஏரியாமுழுக்க இருக்கும் ஜனங்களை 'வாசகர்'களாக மாற்றமுடியும் என்றால், இப்படி ஊர்முழுவதும், நாடுமுழுவதும், உலகம்முழுவதும் சிறு நூலகங்களைத் திறந்தால் எப்படி இருக்கும்?

டாட் பால், ரிக் ப்ரூக்ஸ் இருவரும் இந்தத் திட்டத்தை மேலும் விரிவாக்கத் தீர்மானித்தார்கள். தங்களுடைய நண்பர்கள், உறவினர்கள் என்று எல்லாரிடமும் இதைப்பற்றிச் சொல்லத் தொடங்கினார்கள். 'உங்களுக்கு அதிக செலவே கிடையாது, கொஞ்சம் இடம், சில புக்ஸ், ஒரே ஒரு மரப்பெட்டி போதும், சேவைக்குச் சேவை, அறிவுக்கு அறிவு, ஒரே கல்லில் ரெண்டு மாங்காய், என்ன சொல்றீங்க?'

படிப்படியாக, அமெரிக்காமுழுவதும் பல இடங்களில் சிறு நூலகங்கள் திறந்தன. அந்தந்தப் பகுதி மக்கள் இவற்றை ஆர்வத்துடன் பயன்படுத்த ஆரம்பித்தார்கள்.

இதனால், எந்த விளம்பரமோ, வரையறுக்கப்பட்ட அமைப்போ, அதிகாரிகளோ இல்லாமலேயே டாட் பால், ரிக் ப்ரூக்ஸ் தொடங்கிய 'லிட்டில் ஃப்ரீ லைப்ரரி' இயக்கம் நாடுமுழுவதும் பரவத் தொடங்கியது. பல வெளிநாடுகளில்கூடக் கிளைகள் திறக்கப்பட்டுள்ளன.

இந்தத் திட்டத்தின் வெற்றிக்கு முக்கியமான காரணம், இதன் எளிமை. புத்தகங்களைத் தேடி நீங்கள் எங்கேயும் போகவேண்டாம், உங்கள் தெருவிலேயே ஒரு குட்டி லைப்ரரி இருக்கிறது, ராத்திரி பகல் எந்த வேளையிலும் அங்கே போய் வேண்டியதை எடுத்துப் படிக்கலாம்.

அடுத்து, இந்த நூலகத்தில் ஆயிரக்கணக்கான புத்தகங்கள் இருக்காது, மிஞ்சிப்போனால் முப்பது, அல்லது நாற்பது. அவ்வளவுதான். அந்தப் புத்தகங்கள் அனைத்தும் யார் யாரோ கொண்டுவந்து வைத்தவை என்பதால், நீங்கள் சற்றும் எதிர்பார்க்காத புதுமையான தலைப்புகள், ஆசிரியர்கள் உங்களுக்கு அறிமுகமாவார்கள், அது ஒரு த்ரில்தானே?

மூன்றாவதாக, இங்கே புத்தகத்தை இத்தனை நாளைக்குள் படித்தாகவேண்டும் என்ற கட்டாயம் கிடையாது, நம்மால் முடிகிற வேகத்தில் படித்துவிட்டுத் திருப்பிக்கொடுக்கலாம். பல 'பிஸி' பேர்வழிகளுக்கு இது ஒரு சந்தோஷமான விஷயம்.

ஒருவேளை உங்கள் வீட்டில் ஏற்கெனவே ஒரு நூலகம் இருந்தால்கூட, அதில் இருக்கும் புத்தகங்களை நீங்கள் படித்து முடித்தபின் என்ன செய்வீர்கள்? அவற்றைப் புழுதி படியப் போட்டுவைப்பதைவிட, இந்த நூலகத்தில் வைத்துவிட்டு வேறு புதிய புத்தகங்களை எடுத்துப் படிக்கலாம். இந்தச் சவுகர்யம் வேறு எங்கே கிடைக்கும்?

இப்படிப் பல காரணங்களால், அதுவரை புத்தகங்களைப்

புரட்டிப் பார்க்காதவர்கள்கூட, இந்தக் குட்டி லைப்ரரிகளில் ஐந்து நிமிடம் செலவழித்து ஏதேனும் ஒரு வித்தியாசமான புத்தகத்துடன் வீட்டுக்குச் சென்றார்கள். ஆரம்பித்த இரண்டே வருடங்களுக்குள் ஆயிரக்கணக்கான 'புது வாசகர்'களை உருவாக்கிய பெருமையைத் தேடிக்கொண்டது இந்த இயக்கம்.

அமெரிக்காவில் உதயமான 'லிட்டில் ஃப்ரீ லைப்ரரி'கள் இப்போது ஐரோப்பா, ஆப்ரிக்கா, ஆஸ்திரேலியா என்று கண்டம் தாண்டி நிற்கின்றன. ஆசியாவில்தான் இன்னும் கால் பதிக்கக் காணோம்.

நாம் ஆரம்பித்துவைப்போமே, உங்கள் மனத்திலும், வீட்டுத் தோட்டத்திலும் கொஞ்சம் இடம் இருந்தால் போதும்!

10. வீட்டுக்கு வீடு வாசப்படி வேணாம்!

போன வாரம், நண்பர் ஒருவர் எங்கள் அலுவலகத்துக்கு வந்திருந்தார். அவரை வாசலில் சென்று வரவேற்றேன், ‘உள்ளே வாங்க, காபி சாப்பிட்டுக்கிட்டே பேசலாம்!’ என்று அழைத்தேன்.

‘பரவாயில்லை, இங்கே கார்லயே பேசலாமே’ என்று மறுத்தார் அவர்.

‘சேச்சே, ஏஸி கான்ஃபரன்ஸ் ரூம்ல சௌகர்யமா உட்கார்ந்துகிட்டுப் பேசறதை விட்டுட்டு இங்கே ஏன் சிரமப்படணும்?’ என்றேன் நான்.

அவர் தயக்கமாகச் சிரித்துவிட்டுச் சொன்னார், ‘எனக்குக் கால்ல ஒரு சின்னப் பிரச்னை, மாடிப்படி ஏறமுடியாது.’

‘நோ ப்ராப்ளம், லிஃப்ட் இருக்கே!’

‘லிஃப்ட் சரிதான். ஆனா, அந்த லிஃப்டை நெருங்கறதுக்கு முன்னாடி நாம அஞ்சாறு படி ஏறணும் போலிருக்கே. அது எனக்குச் சிரமம்.’

அவர் அப்படிச் சொன்னபிறகுதான் நான் யோசித்தேன். உண்மையிலேயே எங்கள் அலுவலகத்தில் லிஃப்டுக்குச்

செல்லவேண்டுமென்றால் சில படிகளை ஏறத்தான் வேண்டும். இவரைப்போல் உடல் ஊனமுற்றவர்கள், மாற்றுத் திறனாளிகள், சக்கர நாற்காலியில் செல்கிறவர்கள், வயதானவர்களுக்கு அது கடினம்தான்.

ஆச்சர்யமான விஷயம், நான் இதே அலுவலகத்தில் எட்டு வருடங்களாக வேலை செய்கிறேன், இந்தப் படிகளில்தான் தினமும் பலமுறை ஏறிச் செல்கிறேன், இறங்கி வருகிறேன். ஆனால் இத்தனை ஆண்டுகளில் ஒருமுறைகூட இதைப்பற்றி யோசித்தது கிடையாது.

'நானும் அப்படிதான் சார் இருந்தேன்' என்றார் அவர். 'சில வருஷங்களுக்கு முன்னாடி எனக்குப் பக்கவாத அட்டாக், உயிர் பிழைச்சு எழுந்ததே பெரிய விஷயம், ரொம்ப நாள் ரெஸ்ட் எடுத்துட்டு, இப்பதான் தைரியமாக் குச்சியை ஊனிகிட்டுக் கொஞ்சம் நடமாட ஆரம்பிச்சுருக்கேன்!'

'இந்த அட்டாக்குக்கு முன்னாடிவரைக்கும், நானும் இதுமாதிரி படிகளைப் பற்றி அலட்டிக்கிட்டதே கிடையாது. எனக்கே நடக்கறது, படி ஏறுறது சிரமம்ன்னு ஆனப்புறம்தான், ஒவ்வோர் இடத்தையும் கூர்ந்து கவனிக்க ஆரம்பிச்சேன். இருக்கிற கட்டடங்கள்ல பாதிக்கு மேல, என்னைமாதிரி ஆள்கள் உள்ளே நுழைய லாயக்கில்லைன்னு புரிஞ்சது.'

'இப்போ உங்க கட்டடத்திலேயே, படிகளுக்குப் பக்கத்துல ஒரு சாய்வுப் பாதை அமைச்சாப் போதும், நான் சவுகர்யமா உள்ளே வந்துடுவேன். அதுக்குச் சில ஆயிரம் ரூபாய் செலவாகும். அது ஒரு பெரிய விஷயமே இல்லை. ஆனா அப்படிச் செய்யணும், அது அவசியம்ன்னு உங்களுக்குத் தோணணுமே, அதுதான் பெரிய பிரச்னை.'

'இந்தக் கட்டடம்மட்டுமில்லை, பல ரெஸ்டாரன்ட்கள், தியேட்டர்கள், ஷாப்பிங் மால்ஸ், தொழிற்சாலைகள், பெரிய கார்ப்பரேட் அலுவலகங்கள், பள்ளிகள், கல்லூரிகள், ஏன், சில ஹாஸ்பிடல்ஸைக்கூட, எங்களைமாதிரி ஆள்கள் உள்ளே

நுழைய வசதியில்லாதபடிதான் கட்டியிருக்காங்க, அதுவும் முக்கியம், அவசியம்ன்னு யாருக்கும் தோணறதே இல்லை. என்ன செய்ய?'

இப்படி அவர் ஆதங்கத்துடன் கேட்டபிறகு, எனக்கு ஒட்டுமொத்த உலகமும் புதிதாகத் தோன்ற ஆரம்பித்தது. கண்ணில் படுகிற ஒவ்வொரு கட்டடத்தையும், உடல் ஊனமுற்ற ஒருவர் இதனுள் நுழைவது எளிதா, சிரமமா என்று கவனித்து எடை போட ஆரம்பித்தேன்.

சோகமான விஷயம், மிகப் பெரிய நகரங்களில்கூட, ஒரு ஏரியாவில் நூறு கட்டடங்கள் இருக்கின்றன என்று வைத்துக்கொண்டால், அதில் பத்து அல்லது பதினைந்துமட்டுமே உடல் ஊனமுற்றோர் எளிதில் அணுகும்வகையில் அமைக்கப்பட்டுள்ளன. மற்ற அனைத்துக் கட்டடங்களும் வாசலில் குறைந்தது இரண்டு முதல் ஐந்து அல்லது ஆறு படிகளை அமைத்து அவர்களைத் தடுத்து நிறுத்திவிடுகின்றன.

இதைப் படிக்கும்போது, உங்களது வீடு அல்லது அலுவலகத்தை மனக்கண்ணில் கொண்டுவந்து பாருங்கள், அங்கே சாய்வுப் பாதை உண்டா? சக்கர நாற்காலியிலோ, கைத்தடியின் துணையுடனோ நடமாடும் ஒருவர் அதில் எளிதாக நுழைவது சாத்தியமா?

சாய்வுப் பாதை இல்லாவிட்டால் என்ன? மற்றவர்கள் உதவியுடன் அவர்கள் உள்ளே வரலாமே.

நிச்சயமாக வரலாம். ஆனால் அதேசமயம், உடல் குறைபாடு கொண்ட அவர்கள் பிறரின் துணை இன்றி சுதந்திரமாகவும் தன்னம்பிக்கையோடும் நடமாடவே விரும்புகிறார்கள். நம்முடைய உதவியோ, பரிதாப உச்சுக்கொட்டலோ அவர்களுக்கு அவசியம் இல்லை என்று நினைக்கிறார்கள். அதற்கான ஏற்பாட்டை நாம் செய்து தருவதுதானே நியாயம்?

இந்தியாவில் மட்டுமில்லை. உலகம்முழுக்க இந்த வாசல் படிக்கட்டுகளின் பிரச்னை இருக்கிறது. கட்டட

உரிமையாளர்களோ அவற்றை வடிவமைப்பவர்களோ இதுபற்றி யோசிப்பதே இல்லை. இதனால் உடல் ஊனமுற்றவர்களின் உலகம் வெகுவாகச் சுருங்கிப்போய்விடுகிறது.

உதாரணமாக, ஒருவர் நல்ல வாசகராக இருக்கலாம். ஆனால் ஊரில் உள்ள எல்லாப் புத்தகக் கடைகளின் வாசலிலும் இதுபோல் பெரிய படிக்கட்டுகள் அமைக்கப்பட்டிருந்தால், அவர் உள்ளே போய்ப் புத்தகங்களைப் புரட்டிப் பார்த்துத் தேர்ந்தெடுத்து வாங்கமுடியுமா?

இதேபோல், பத்து தியேட்டர்கள் உள்ள ஓர் இடத்தில், ஒரே ஒரு தியேட்டரில்மட்டுமே சாய்வுப்பாதை உள்ளது என்றால், அவரைப் பொறுத்தவரை மற்ற ஒன்பது தியேட்டர்களும் இருந்தும் இல்லாதவைதான். இதைதான் 'அவர்களுடைய உலகம் மிகச் சிறியதாகச் சுருங்கிவிடுகிறது' என்று சொல்கிறார்கள்.

இந்தப் பிரச்னையைச் சரிசெய்யும் நோக்கத்துடன் பல புதிய முயற்சிகள் மேற்கொள்ளப்பட்டு வருகின்றன. அவற்றுள் லேட்டஸ்ட், 'ஆக்ஸஸ் மேப்.'

ஆங்கிலத்தில் 'ஆக்ஸஸ்' என்றால், அணுகுதல், அதாவது, நடப்பதில் பிரச்னை உள்ள யாரேனும் ஒரு கட்டடத்தை அணுகுவது எந்த அளவுக்கு எளிது என்பதைக் கவனித்து, அதன் அடிப்படையில் கட்டடங்களுக்கு மார்க் போடுகிறார்கள்.

உதாரணமாக, ஒரு கட்டடத்தின் வாசலில் வெறும் படிக்கட்டுகள்தான் என்றால் 1 மார்க், நல்ல சாய்வுப் பாதை உள்ளது என்றால் 2 மார்க், அங்குள்ள லிஃப்ட்டினுள் சக்கர நாற்காலிகள் செல்லும் அளவுக்கு இடம் இருக்கிறது என்றால் இன்னொரு மார்க், கட்டடத்தினுள் நெருக்கடி அதிகம் இல்லாமல், அவர்கள் எளிதில் வளைய வரும்படி விசாலமான வசதிகள் இருந்தால் இன்னொரு மார்க், மாற்றுத் திறனாளிகளுக்காகத் தனி டாய்லெட் வசதி இருந்தால் இன்னொரு மார்க், இப்படி சகல வசதிகளும் சிறப்பாகச் செய்து தரப்பட்டிருந்தால், முழுசாக ஐந்து மார்க்!

இப்படி ஒவ்வொரு கட்டடத்துக்கும் பொதுமக்களை மார்க் போடச் சொல்கிறார்கள். அவற்றை மொத்தமாகக் கூட்டிச் சராசரி கணக்கிட்டு, அதன் அடிப்படையில் ஒவ்வொரு நகரத்திலும் 'ஆக்ஸஸ்' எளிதாக உள்ள இடங்களை ஒரு வரைபடமாகக் குறிக்கிறார்கள்.

ஒரு தெருவில் நான்கு உணவகங்கள் உள்ளன. ஆனால் அவற்றில் ஒன்றுதான் சாய்வுப்பாதையுடன் உள்ளது என்றால், இந்த 'ஆக்ஸஸ் மேப்' அந்த உணவகத்தைமட்டும் விசேஷமாக எடுத்துக் காண்பிக்கும். மற்றவற்றைச் சுற்றிச் சிவப்பு வட்டம் போட்டு எச்சரிக்கும்.

சக்கர நாற்காலியில் இயங்கும் ஒருவர் வீட்டை விட்டுக் கிளம்பும்போதே, கம்ப்யூட்டரிலோ, தனது மொபைல் ஃபோனிலோ இந்த மேப்பைப் பார்த்துக்கொள்ளலாம். எந்தெந்த இடங்கள் தான் எளிதில் செல்லும்வகையில் வடிவமைக்கப்பட்டுள்ளன என்று தெரிந்துகொண்டு அதற்கு ஏற்பத் திட்டமிடலாம்.

இதன் அடுத்தகட்டமாக, நல்ல சாய்வுப் பாதை, உள்ளே சக்கர நாற்காலிகள் எளிதில் சென்று திரும்பும் வகையில் இட வசதி போன்றவற்றைச் செய்து தருகிற வணிக நிறுவனங்களைப் பாராட்டி ஊக்குவிக்கிறார்கள். இதன்மூலம் படிக்கட்டுகளைக் காண்பித்துப் பயமுறுத்தும் மற்ற கட்டடங்களும் திருந்தும் என்கிற எண்ணம்தான்.

தற்சமயம் அமெரிக்கா உள்ளிட்ட நாடுகளில் மிக வேகமாகப் பரவிக்கொண்டிருக்கும் இந்த 'ஆக்ஸஸ் மேப்', இந்தியாவிலும் உள்ளது. ஆனால் நம் மக்கள் இன்னும் கட்டடங்களைக் கவனித்து மார்க் போடத் தொடங்கவில்லை. அதிகப் பேர் மார்க் போட்டால்தான், நல்ல கட்டடங்களைத் தேர்ந்தெடுக்கவும், கெட்ட கட்டடங்களைச் சுழித்து வட்டம் போடவும் வசதியாக இருக்கும்.

ஆகவே, நீங்கள் சாதாரணமாக நடப்பவரானாலும் சரி, சக்கர நாற்காலியில் இயங்குபவரானாலும் சரி, நீங்கள் செல்லும் ஒவ்வொரு கட்டடத்தையும் இந்தக் கண்ணோட்டத்தில் கவனித்து மார்க் போடுங்கள். அதைக் கம்ப்யூட்டர் அல்லது மொபைல் ஃபோன்மூலம் 'ஆக்ஸஸ் மேப்' இணைய தளத்தில் (காண்க: பெட்டிச் செய்தி) இலவசமாகப் பதிவு செய்யுங்கள். உங்களது நண்பர்களையும் இதையே செய்ய உற்சாகப்படுத்துங்கள்.

நாம் ஒவ்வொருவரும் சேர்ந்து தேர் இழுத்தால், அடுத்த சில மாதங்களுக்குள் இந்தியாவுக்கும் அட்டகாசமான ஓர் ஆக்ஸஸ் மேப் தயாராகிவிடும். அதன்பிறகு, நம் ஊர் மாற்றுத் திறனாளிகளின் உலகம் சுருங்கிக் காட்சியளிக்காது.

11. படித்தால் மட்டும் போதுமா?

'பதினேழு வயதுப் பையன், கோடீஸ்வரனாகிவிட்டான்.'

இப்படி ஒருவர் சொன்னால் உங்களுக்குச் சட்டென்று என்ன தோன்றும்?

அந்தப் பையன் ஒரு பணக்காரக் குடும்பத்துப் பிள்ளை, பாட்டன் பூட்டன் சொத்து முழுவதுமோ, ஒரு பகுதியோ அவனுக்கு வந்திருக்கிறது, அதனால் கோடீஸ்வரனாகிவிட்டான். அவ்வளவுதானே?

இந்த நினைப்பில் தவறில்லை. 'பதினேழு வயது' என்ற நிலைக்கு நம்முடைய சமூகம் போட்டுவைத்திருக்கும் முத்திரைகள் அப்படிப்பட்டவை. ப்ளஸ் டூ படிக்கிற வயதில் ஒரு பையன் வேறு எந்தவிதத்திலும் கோடீஸ்வரனாகமுடியாது என்றுதான் நாம் எண்ணுவோம்.

கொஞ்சம் வெளியே சென்று, ஓர் இங்கிலாந்துக் கதையைப் பார்ப்போம். ரொம்பப் பழைய கதையெல்லாம் இல்லை, மிகச் சமீபத்தில் நடந்ததுதான்.

நிக் என்று ஒரு சிறுவன். ஒன்பது வயது. அவனுடைய அப்பா,

அம்மா அவனுக்கு ஒரு கம்ப்யூட்டர் வாங்கித் தந்தார்கள். எல்லாரையும்போல் அதில் படம் பார்ப்பது, வீடியோ கேம்ஸ் என்றுதான் தொடங்கினான், பின்னர் சாஃப்ட்வேர் ப்ரொக்ராம் எழுதக் கற்றுக்கொண்டான்,

பதினைந்து வயதில் 'ட்ரிம்மிட்' என்ற ஒரு சாஃப்ட்வேரை எழுதி வெளியிட்டான் நிக். அதைப் பயன்படுத்திப் பார்த்த சிலர் 'பிரமாதம்' என்றார்கள், பலர் 'திராபை' என்றார்கள்.

'பிரமாதம்' என்று புகழ்ந்தவர்களை நிக் கண்டுகொள்ளவில்லை, 'திராபை' என்று விமர்சித்தவர்களைக் கூர்ந்து கவனித்தான், தன்னுடைய சாஃப்ட்வேரில் என்ன பிரச்னை, ஏன் அவர்கள் அதைத் திட்டுகிறார்கள் என்று யோசித்தான், அதில் இருந்த குறைகளைப் போக்கி முழுவதுமாக மாற்றி அமைத்து இன்னோர் அருமையான சாஃப்ட்வேரை எழுதிமுடித்தான். அதற்கு 'சம்லி' என்று பெயர் சூட்டினான்.

'ட்ரிம்மிட்' உடன் ஒப்பிடும்போது 'சம்லி' சூப்பர் டூப்பர் ஹிட். இணையத்தில் பலரும் அதைப் பயன்படுத்திப் பாராட்டினார்கள், பெரிய நிறுவனங்கள் நிக்கைக் கவனிக்க ஆரம்பித்தன.

புகழ் பெற்ற 'யாஹூ!' நிறுவனம் சமீபத்தில் நிக்கைத் தொடர்பு கொண்டது. அவனுடைய 'சம்லி' சாஃப்ட்வேரை வாங்க விரும்புவதாகத் தெரிவித்தது. விலை, சுமார் 30 மில்லியன் டாலர்கள், நம் ஊர் மதிப்பில் நூற்றைம்பது கோடி ரூபாய்!

நிக்குக்கு இப்போது வயது பதினேழுதான், பள்ளியில் படித்தபடி சும்மா ஓய்வு நேரத்தில் ஜாலியாக எழுதிய ஒரு சாஃப்ட்வேர், இரண்டே வருடத்துக்குள் அவனைப் பெரிய கோடீஸ்வரனாக்கிவிட்டது.

அதுமட்டுமில்லை, இணையம் சார்ந்த தொழில்நுட்ப உலகில் நிக் ஒரு சூப்பர் ஸ்டார் ஆகிவிட்டான். அவன் அடுத்து எழுதப்போகும் சாஃப்ட்வேர் என்னவாக இருக்கும் என்று இப்போதே ஆருடங்கள் தொடங்கிவிட்டன, இந்தப் பரபரப்பு

நாளுக்கு நாள் அதிகரிக்குமேதவிர, குறையப்போவதில்லை.

யோசித்துப்பாருங்கள், இந்தியாவில் ஒரு பதினேழு வயதுப் பையன் சொந்த முயற்சியில் ஒரு கோடி ரூபாய் சம்பாதிக்கச் சாத்தியம் ஏதேனும் உண்டா? அட, பணத்தை விடுங்கள், இப்படி ஒரு புகழ், கௌரவம், மீடியா கவனிப்பு, அடுத்தடுத்த முயற்சிகளுக்கு சிவப்புக் கம்பள வரவேற்பு... எதற்கேனும் இங்கே வாய்ப்பு உண்டா?

இதற்குக் காரணம் மிக எளிமையானது, நாம் பள்ளி, கல்லூரி, வேலை, தொழில்முயற்சி என்று சில படிக்கட்டுகளை வரையறுத்துவைத்திருக்கிறோம். அதன்படி செல்கிறவர்களைதான் மதிக்கிறோம். நம் பிள்ளைகளை அந்தப் படிகளில் ஒவ்வொன்றாக ஏறிச் செல்வதுதான் முறை என்று சொல்லித்தருகிறோம்.

இதை மீறி யாரேனும் லிஃப்டில் சென்றுவிட்டால்? பள்ளி அல்லது கல்லூரிப் படிப்பைப் பாதியில் நிறுத்தித் தொழில் தொடங்கிப் பெரிய ஆளாகிவிட்டால்?

பிரச்னையில்லை. நாம் அவர்களைப் பார்த்து வியப்போம், கைதட்டிப் பாராட்டுவோம், ஆனால் அதை ஒரு நல்ல வழியாக எண்ணமாட்டோம், ‘அவனுக்கு ஏதோ அதிர்ஷ்டம், ஜெயிச்சுட்டான், எல்லாராலும் முடியுமா?’ என்று சிறுமைப்படுத்தவும் தயங்கமாட்டோம்

இந்த நிலை சமீபத்தில்தான் கொஞ்சம் மாறியிருக்கிறது, தொழில்முனைவோர் ஆவதற்கான வழிமுறைகளை, அனுபவங்களை மாணவர்களுக்குச் சொல்லித்தருகிறோம், அதுவும் கல்லூரியில்தான், மிகக் கவனமாக ரிஸ்க் எதுவும் இல்லாமல் முன்னேறுவது எப்படி என்கிற போர்வையில்தான்.

அமெரிக்காவிலோ இங்கிலாந்திலோ இந்தப் பிரச்னையே கிடையாது. படிக்கும்போதே மாணவர்கள் பகுதி நேரமாக ஏதேனும் வேலை பார்ப்பது, நண்பர்களோடு சேர்ந்து சொந்தமாகத் தொழில் தொடங்குவது போன்றவை சகஜம், ‘முதல்ல படிப்பைக் கவனி’ என்று பெற்றோர் அதைத் தடை

செய்கிற பழக்கம் இல்லை. இதுவும் ஒரு படிப்புதான் என்கிற மனோபாவமே அங்கு ஓங்கி நிற்கிறது.

இதனால், பல மாணவர்கள் படிப்பைக் காட்டிலும் இந்தப் பகுதி நேரத் தொழில்களில் அதிக ஆர்வம் செலுத்துகிறார்கள், இதற்காகப் படிப்பை நிறுத்தி முழு நேரத் தொழில் முனைவோர் ஆகி ஜெயித்தவர்கள் ஏராளம்.

ஒருவேளை அந்தத் தொழில் முயற்சி எடுபடாவிட்டால்? ஆபத்தாயிற்றே!

பிரச்னையில்லை, இந்த நாடுகளின் கல்வி முறை இதனை ஊக்குவிக்கும்விதமாகவே அமைகிறது. படிப்பைத் தாற்காலிகமாக நிறுத்திவிட்டு வேறு முயற்சியில் இறங்கலாம், அது சரிப்படாவிட்டால் திரும்பி வந்து பாடங்களைத் தொடரலாம், பட்டம் பெறலாம், வேலைக்குப் போகலாம்!

ஆனால், பெரும்பாலான இளைஞர்கள் அதை விரும்புவதில்லை. ஆங்கிலத்தில் *'Entrepreneurial Itch'* என்று சொல்வார்கள், அந்தத் துடிப்பு வந்துவிட்டால், ஒன்று சொதப்பினாலும் அடுத்தடுத்த முயற்சிகளைச் செய்து ஜெயிக்கவேண்டும் என்கிற எண்ணம்தான் இருக்குமேதவிர, 'சேஃபாக'த் திரும்பி வந்து படிப்பைத் தொடரலாம் என்று தோன்றாது. எப்படியாவது முட்டி மோதி ஜெயித்துவிடுவார்கள்.

குறிப்பாக, மென்பொருள்துறையில் இதுபோன்ற வெற்றிக் கதைகள் ஏராளம். மைக்ரோசாஃப்ட், ஆப்பிள், யாஹு!, கூகுள், ஃபேஸ்புக் என்று கடந்த கால் நூற்றாண்டு காலத்தில் சாதனை படைத்த பெரும்பாலான நிறுவனங்கள் கல்லூரி மாணவர்கள் 'பகுதி நேர ப்ராஜெக்ட்'டாகத் தொடங்கியவைதான்.

அப்படியானால், படிப்பு முக்கியமே இல்லையா? மாணவர்களை நேரடியாகத் தொழில் முனைவோர் ஆக்கிவிடலாமா?

அவசியமில்லை. பள்ளி, கல்லூரி, வேலை என்பது ஒரு பாதை என்றால், இதுபோன்ற பகுதி நேரத் தொழில் முயற்சிகளும்,

அவை முழு நேரமாக வளர்ச்சி பெறுவதும் இன்னொரு பாதை, அதைத் தேர்ந்தெடுக்கிறவர்களைத் திட்டித் தீர்த்துத் தரதரவென்று 'வழக்கமான' பாதைக்கு இழுத்துவராமல் இருந்தாலே போதும்.

முன்பெல்லாம், பகுதி நேரத் தொழில் தொடங்க விரும்புகிறவர்கள் அதற்கென்று தனியே மெனக்கெடவேண்டும், கணிசமான பண முதலீடும் தேவைப்படும், அதற்குப் பயந்து கனவுகளைத் தள்ளிப்போடுகிறவர்கள் உண்டு.

கம்ப்யூட்டர், மொபைல் ஃபோன்களுக்கான சாஃப்ட்வேர்கள் எழுதுவதில் அந்தப் பிரச்னையும் இல்லை. இதற்குத் தேவையான *Development Tools* பெரும்பாலும் இலவசமாகவே கிடைக்கின்றன, வெள்ளிக்கிழமை ராத்திரி டவுன்லோட் செய்து, சனிக்கிழமை இணையத்திலேயே அதைப்பற்றிப் படித்துக் கற்றுக்கொண்டு, ஞாயிற்றுக்கிழமை ப்ரொக்ராம் எழுதி, திங்கள்கிழமை வெளியிட்டுவிடலாம்.

இது கதை அல்ல, நிஜத்தில் நடந்துகொண்டிருக்கிறது, அதுவும் இந்தியாவில்!

சந்தேகமிருந்தால் எந்தக் கல்லூரியிலும் நுழைந்து கொஞ்சம் விசாரித்துப்பாருங்கள், பத்துக்கு நாலு பேர் புதுப்புது யோசனைகளோடு இருப்பார்கள், அதை ப்ரொக்ராமாக்கும் முயற்சியில் இறங்கியிருப்பார்கள், இன்னும் சிலர் ஏற்கெனவே சில சாஃப்ட்வேர்களை எழுதி வெளியிட்டிருப்பார்கள், அடுத்து என்ன எழுதலாம் என்று யோசித்துக்கொண்டிருப்பார்கள்.

இப்படி எழுதி வெளியிடப்படும் எல்லா சாஃப்ட்வேர்களும் 'சம்லி'போல் வெற்றி அடைந்துவிடுமா? எல்லாரும் நிக்போல் கோடீஸ்வரனாகிவிடுவார்களா என்றால், இல்லை. ஆனால், இப்படியும் ஒரு வழி உண்டு என்பதை மாணவ சமுதாயம் புரிந்துகொண்டிருக்கிறது, அதைப் பயன்படுத்திக்கொள்கிறது.

'பாடப் புத்தகம்தான் முக்கியம், மற்ற எல்லாம் இரண்டாம்பட்சம்தான், படிக்கும்போது வேறு எதிலும்

கவனத்தைத் திருப்பாமல் இருப்பதே நல்லது' என்பதுபோன்ற பழமைவாதச் சிந்தனைகள் நிறைந்த நம் நாட்டில், இதுவே மிகப் பெரிய மாற்றம். இப்படிப்பட்ட முயற்சிகள் நம் இளைஞர்களுக்கு ஒரு மாற்றுப் பாதையை உருவாக்கித் தரும்.

தெருவுக்குத் தெரு எஞ்சினியரிங் கல்லூரிகள் வந்துவிட்ட சூழல் இது. அநேகமாக எல்லாப் படிப்புகளிலும் மாணவர் எண்ணிக்கை அதிகரித்துவருகிறது. இதனால், இவர்கள் எல்லாரும் படிப்பை முடித்து வெளியே வரும்போது, மிக நன்றாகப் படித்துப் பிரமாதமான மார்க் வாங்கியவர்கள்கூட, நல்ல வேலைகளுக்குக் கடுமையாகப் போட்டி போடவேண்டியிருக்கும், எல்லாருக்கும் வேலை கிடைக்கும் என்று எந்த உத்திரவாதமும் இல்லை.

ஆகவே, இப்போதெல்லாம் நாங்கள் எந்தக் கல்லூரியில் பேசச் சென்றாலும் மாணவர்கள்மத்தியில் வலியுறுத்திச் சொல்வது ஒரு விஷயத்தைதான், 'பகுதி நேரமாக ஒரு ப்ராஜெக்ட் செய்யுங்கள், உங்கள் மனத்துக்குப் பிடித்த ஒரு விஷயத்தில் ஈடுபடுங்கள், மார்க்குக்காக ஏதேனும் ஒரு மொக்கை ப்ராஜெக்டைத் தேர்ந்தெடுக்காதீர்கள், திருடாதீர்கள், காசு கொடுத்து வாங்காதீர்கள், நிஜமாகவே உங்கள் எதிர்காலத்தைத் தீர்மானிக்கக்கூடிய (அல்லது, அப்படி நீங்கள் எண்ணக்கூடிய) ஒரு விஷயத்தை, பலர் சந்திக்கும் ஒரு பெரிய பிரச்னையைக்கான தீர்வை யோசித்துச் தேர்ந்தெடுத்து ஆர்வத்துடன் செய்யுங்கள், தனியாகவோ, நான்கைந்து பேர் குழுவாகச் சேர்ந்தோ அதில் ஈடுபடுங்கள். இதற்காக நீங்கள் தனியே விழுந்து புரண்டு சிரமப்படவேண்டாம், ஓய்வு நேரத்தில் ஜாலியாகவே செய்யலாம்!'

ஏனெனில், நாளைக்கு அதுதான் அவர்களுக்கு நல்ல வாசலாக அமையும், பட்டம், மதிப்பெண்கள், கேம்பஸ் இண்டர்வ்யூ போன்றவற்றையெல்லாம்விட, நிச்சயப் பலன், திருப்தியான, நிம்மதியான எதிர்காலத்தைத் தரக்கூடிய வழி இது.

ஒருவேளை இது உடனடியாகச் சரிப்படாவிட்டாலும்கூட, அந்த வழி மூடப்பட்டுவிடாது, கையில் படிப்பு இருக்கிறது,

பட்டம் இருக்கிறது, வேலைக்குப் போய்க்கொண்டே தொடர்ந்து முயற்சி செய்யலாம், ஜெயிக்கலாம்.

முக்கியமாக, நம் இளைஞர்களிடையே இந்த வழி பரவலாகும்போது, அடுத்த ’கூகுள்’ அல்லது ‘ஃபேஸ்புக்’ இந்தியாவிலிருந்து வரலாம், இங்கே ஐடியாக்களுக்கா குறைச்சல்?

12. பொற்குவை, காசுகள்

எங்கள் வீட்டருகே ஒரு சிறிய பள்ளி. அங்கே படிக்கிறவர்களில் பெரும்பாலானோர் ஏழைக் குழந்தைகள். ஆகவே, அழுக்குச் சுவர்கள், உடைந்த கதவுகள், சின்னஞ்சிறு அறைகளுக்குள் ஏகப்பட்ட குழந்தைகளை அடைத்துவைக்கும் அவலம் என்று எல்லாமே உண்டு.

ஆனால், அதே அழுக்குப் பள்ளியில்தான், அற்புதமான 'கம்ப்யூட்டர் லேப்' ஒன்று இருக்கிறது. அங்கே அதிவேக இன்டர்நெட் வசதியோடு கூடிய கணினிகளில் மாணவர்கள் பயிற்சி பெறுகிறார்கள். எல்லாப் பையன்களுக்கும் பெண்களுக்கும் கம்ப்யூட்டர் கேம்ஸில் தொடங்கிக் கணினியை நமது தினசரித் தேவைகளுக்கு எப்படிப் பயன்படுத்துவது, அதன்மூலம் அலுவலகப் பணிகளைச் செய்வது எப்படி, ப்ரொக்ராம் எழுதுவது எப்படி என்றெல்லாம் விளக்கமாகச் சொல்லித்தருகிறார்கள்.

மற்ற பாடங்களில் நத்தை வேகத்தில் ஊர்ந்து செல்லும் ஒரு சின்னஞ்சிறிய பள்ளி, கம்ப்யூட்டர் விஷயத்தில்மட்டும் அரபுக் குதிரைமாதிரி பாய்வது எப்படி?

காரணம் இருக்கிறது. இந்தப் பள்ளியின் கம்ப்யூட்டர் லேப் ஒரு பெரிய சாஃப்ட்வேர் நிறுவனத்தின் உபயம். அவர்கள் தாங்கள் பயன்படுத்திய பழைய கம்ப்யூட்டர்களை இங்கே கழித்துக்கட்டாமல், ஏகப்பட்ட அதிநவீன கம்ப்யூட்டர்களைக் கொண்டுவந்து இறக்கியிருக்கிறார்கள்.

அதுமட்டுமில்லை, அவர்களே அந்தக் கம்ப்யூட்டர்களை ஒரு பிரச்னையும் இல்லாமல் பராமரிக்கிறார்கள், தினமும் காலையில் ஒருவர், மதியம் இன்னொருவர் என்று முறைவைத்துக்கொண்டு அந்தக் கம்பெனியின் ஊழியர்கள் வந்து பாடம் சொல்லித்தருகிறார்கள், இன்டர்நெட் பயன்படுத்தக் கற்றுக்கொடுக்கிறார்கள், பெரிய வகுப்புப் படிக்கும் பையன்களுக்கு ஏப்ரல், மே மாத விடுமுறைகளின்போது தொழில்பயிற்சி கொடுக்கிறார்கள், அத்தனையும் இலவசமாக!

அந்தக் காலத்தில், பல ராஜாக்கள் பெரிய வள்ளல்களாக இருந்தார்கள். அதன்பிறகு, நம்மைப்போன்ற மிடில் க்ளாஸ் பேர்வழிகளும் தங்களால் முடிந்ததைச் செய்யத் தொடங்கினார்கள், இப்போது மீண்டும் வள்ளல்களின் காலம், ஒரே வித்தியாசம், தனி நபர்களுக்குப் பதில், நிறுவன வள்ளல்கள்!

அநேகமாக உலகெங்கும் பல துறைகளில் சிறந்து விளங்கும் எல்லா நிறுவனங்களும் தங்களுடைய லாபத்தில் ஒரு பகுதியை ஒதுக்கிச் சிறிய, பெரிய அறக்கட்டளைகளைத் தொடங்குகின்றன. அதன்மூலம் நலிந்தோருக்கும் உதவுவதை அவர்கள் ஒரு முக்கியமான சமூகக் கடமையாகவே நினைக்கிறார்கள்.

இன்னொருபக்கம், இந்தத் தலைமுறை புதிய தொழில்முனைவோருக்குச் சொந்தமாகிக்கொண்டிருக்கிறது. இன்னொருவரிடம் சம்பளத்துக்கு வேலை செய்வதைவிட, நாமே சுயமாக ஏதேனும் செய்யலாமே என்று இவர்கள் எதிர்நீச்சல் போட்டு முன்னேற ஆரம்பிக்கிறார்கள்.

அதேசமயம், ஒருகட்டத்துக்குமேல் வெறுமனே காசு

சம்பாதிப்பதுமட்டும் வெற்றி ஆகிவிடாது என்று இவர்களுக்குப் புரிகிறது. நாம் சார்ந்திருக்கும் சமூகத்துக்கு எதையாவது திருப்பித் தரவேண்டும் என்று நினைக்கிறார்கள். தங்களால் இயன்ற சேவைப் பணிகளுக்குக் காசாகவும் உழைப்பாகவும் உதவத் தொடங்குகிறார்கள்.

ஆனால், இதெல்லாம் போதுமா? இன்னும் தரவேண்டுமா? ஆற்றில் போட்டாலும் அளந்து போடவேண்டும் என்று சொல்வார்களே, நாம் எந்த அளவுக்கு உதவி செய்தால் நல்லது? இதில் கணக்குப் பார்ப்பது தவறோ?... இப்படிப் பல குழப்பங்கள் புதிய தொழில்முனைவோர் மத்தியில்.

இதற்கெல்லாம் பதில் சொல்வதுபோல் '1-1-1' என்கிற ஒரு புதிய ஃபார்முலாவை முன்வைக்கிறார் அமெரிக்கத் தொழிலதிபர் ஒருவர். அவர் பெயர் மார்க் பெனியாஃப்.

இந்த மார்க் பெனியாஃப் தொண்ணூறுகளின் இறுதியில் 'சேல்ஸ்ஃபோர்ஸ்' என்ற ஓர் இன்டர்நெட் நிறுவனத்தைத் தொடங்கியவர். பல தடைகளுக்கு இடையே அதனைத் தொடர்ந்து நடத்தி இன்றைக்கு மிகப் பெரிய வெற்றி பெற்றிருக்கிறார்.

இதே காலகட்டத்தில், மார்க் பெனியாஃபின் சமூகப் பணிகளும் குறைவில்லாமல் தொடர்ந்தன. அதற்கு அவர் பயன்படுத்திய சூத்திரம்தான் 1-1-1:

★ உங்களுடைய நிறுவனம் தொடங்கும்போதே, அதில் 1 சதவிகிதப் பங்குகளை வைத்து ஓர் அறக்கட்டளை தொடங்கிவிடுங்கள் - பின்னர் அந்த நிறுவனம் வளர்ந்து பெரிதாகும்போது, இந்த 1% பலமடங்காகக் கொழிக்கும், எல்லோருக்கும் பயன்படும்

★ வெறுமனே 1% பங்குகளைத் தருவதோடு நிறுத்திவிடாதீர்கள். அதன்பிறகு ஒவ்வொரு வாரமும், ஒவ்வொரு மாதமும், ஒவ்வொரு வருடமும் உங்களுடைய நிறுவனத்தில் பணிபுரியும் ஊழியர்களின் ஒட்டுமொத்த வேலை நேரத்தில்

ஒரு சதவிகிதத்தை இந்த அறக்கட்டளை சார்பிலான நலத்திட்டப் பணிகளுக்குக் கொடுங்கள்

★ கடைசியாக, ஒவ்வோர் ஆண்டும் நீங்கள் சம்பாதிக்கும் லாபத்தில் ஒரு சதவிகிதத்தை இந்த அறக்கட்டளைக்கு வழங்கிவிடுங்கள். அதன்மூலம் அவர்களுடைய தினசரிச் செலவுகளுக்குப் பிரச்னை இருக்காது.

ஆக, ஒவ்வொரு நிறுவனமும் தன்னுடைய பங்குகளில் 1%, உழைப்பில் 1%, லாபத்தில் 1% சமூகப் பணிகளுக்காக ஒதுக்கவேண்டும். இதுதான் மார்க் பெனியாஃபின் 1-1-1 திட்டம்.

இது கேட்பதற்குச் சாதாரணமாகத் தோன்றலாம். ஆனால் எதார்த்தத்தில் இந்தத் திட்டம் மிகப் பெரிய பலன்களைத் தருவதற்கான சாத்தியங்கள் உள்ளன.

உதாரணமாக, மார்க் பெனியாஃபின் சேல்ஸ்ஃபோர்ஸ் நிறுவனம் தொடங்கப்பட்டபோது அவர்களுக்கென்று சொந்தமாக அலுவலகக் கட்டடம்கூட இல்லை. ஆனால் இப்போது, அதே நிறுவனம் பில்லியன் டாலர் மதிப்புக்கு வளர்ந்து நிற்கிறது. இதில் 1% என்று பார்த்தால், சேல்ஸ்ஃபோர்ஸ் அறக்கட்டளையின் சொத்து மதிப்பு பல மில்லியன் டாலர்கள்!

இதேபோல், சேல்ஸ்ஃபோர்ஸ் டாட் காமில் 1000 பேர் வேலை செய்கிறார்கள் என்று வைத்துக்கொள்வோம். இவர்கள் வாரத்துக்கு ஐந்து நாள் உழைத்தால்கூட, வருடத்துக்குக் கிட்டத்தட்ட இரண்டு லட்சம் நாள்கள் வேலை செய்கிறார்கள், அதில் 1% என்றால், சமூக சேவைக்காக அவர்கள் முழுசாக 2000 நாள்களை ஒதுக்கமுடியும்!

ஆக, 1% பங்குகள், 1% உழைப்பு, 1% லாபம் என்பது சம்பந்தப்பட்ட நிறுவனத்துக்கு ஒரு பெரிய சுமையே கிடையாது. ஆனால் அதன்மூலம் பலன் பெறுகிற சமூக சேவை நிறுவனங்களுக்கு அது ஒரு மிகப் பிரம்மாண்டமான வரம்!

இதைத்தான் மார்க் பெனியாஃப் ஒவ்வொரு நாளும் வலியுறுத்திப்

பேசிவருகிறார். 'தொழில் தொடங்குவதன் நோக்கம் வெறுமனே பணம் சம்பாதிப்பதும், வசதியாக வாழ்வதும்மட்டுமல்ல, ஒருகட்டத்தில் அது சலித்துப்போய்விடும், வாழ்க்கையின் அர்த்தம் என்ன என்று தேடித் தவிப்பீர்கள்.'

'ஆகவே, நீங்கள் புதிதாகக் கம்பெனி ஆரம்பிக்கும்போதே, அதில் ஒரு சதவிகிதப் பங்குகளை ஒதுக்கி ஓர் அறக்கட்டளை தொடங்கிவிடுங்கள்' என்கிறார் மார்க் பெனியாஃப். 'அதன்பிறகு, அந்த அறக்கட்டளையின் பணிகளைக் கவனிப்பதற்காக ஒவ்வொரு மாதமும் உங்களுடைய ஊழியர்களின் நேரத்தில் ஒரு சதவிகிதத்தைச் செலவிடுங்கள், ஒவ்வொரு வருடமும் கிடைக்கும் லாபத்தில் 1% அந்த அறக்கட்டளைக்கு வழங்கிவாருங்கள். இப்படி உலகம்முழுக்க இருக்கிற சிறிய, பெரிய நிறுவனங்கள் அனைத்தும் 1-1-1 வழிமுறையைப் பின்பற்றினால் கொஞ்சம் கொஞ்சமாக ஏழைமை என்பதே இல்லாமல் செய்துவிடலாம்.'

முக்கியமான விஷயம், மார்க் பெனியாஃபின் இந்தத் திட்டத்தைப் புரிந்துகொள்ளவும் பயன்படுத்தவும் நீங்கள் ஒரு பொருளாதார மேதையாக இருக்கவேண்டிய அவசியம் இல்லை. யார்வேண்டுமானாலும் இதன் முக்கியத்துவத்தையும் தாக்கத்தையும் எளிதில் புரிந்துகொண்டு பின்பற்றத் தொடங்கிவிடலாம்.

இதனால், 1-1-1 திட்டம் உலகம்முழுக்கப் பெரும் வரவேற்பைப் பெற்றுவருகிறது. பல புதிய நிறுவனங்கள் இந்த எளிய வழிமுறையைப் பின்பற்றிச் சமூகப் பொறுப்போடு நடந்துகொள்ளத் தொடங்கியிருக்கின்றன.

1-1-1 ஃபார்முலா நிறுவனங்களுக்குமட்டுமல்ல. தனி நபர்களும்கூட இதனைச் சற்றே மாற்றியமைத்துப் பயன்படுத்தலாம்: நமது இப்போதைய சேமிப்பில் 1% - நேரத்தில் 1% - வருடாந்திர வருமானத்தில் 1% நலிந்தோருக்காகத் தருவது பெரிய சிரமமா என்ன? அதன்மூலம் கிடைக்கப்போகும் ஆத்ம திருப்திய நினைத்துப் பார்த்தால் நீங்களும் 1-1-1க்கு டிக் போடுவீர்கள்!

13. திடீர் கோடீஸ்வரி

மூன்று ரூபாய்!

ரஹத் தஸ்லிமின் மொபைல் ஃபோனில் அவ்வளவுதான் பேலன்ஸ் தொகை மீதமிருந்தது. இதை வைத்துக்கொண்டு ஐந்தாறு நிமிடங்கள் பேசலாம். அல்லது, 'கௌன் பனேகா க்ரோர்பதி' நிகழ்ச்சிக்கு ஒரே ஒரு எஸ்.எம்.எஸ். அனுப்பலாம்.

ரொம்ப யோசித்தபிறகு, ரஹத் ஒரு முடிவுக்கு வந்தார். படபடவென்று ஓர் எஸ்.எம்.எஸ்.ஸைத் தட்டி அனுப்பிவிட்டார். மூன்று ரூபாய் காலி.

யாராவது கேட்டால் ரஹத்தைக் கேலி செய்திருப்பார்கள். 'இந்தியா முழுக்கக் கோடிக்கணக்கான பேர் இந்த நிகழ்ச்சியில கலந்துக்கறதுக்காகப் போட்டி போடறாங்க, அவங்களுக்கு நடுவில உன்னோட எஸ்.எம்.எஸ். செலக்ட் ஆகும்ன்னு என்ன நிச்சயம்? அப்படியே அது க்ளிக் ஆனாலும் அடுத்தடுத்த தேர்வுகள்ல யாராவது உன்னை மிஞ்சி மேலே போயிடுவாங்க. நீ இந்தப் போட்டியில ஜெயிச்சு ஒரு கோடி ரூபாயை வாங்கறதுக்கான சான்ஸ் 0.0000001%தான். தெரியுமா?'

தெரியும். ஆனாலும் ரஹத் தன்னிடமிருந்த மூன்று ரூபாயைத் தியாகம் செய்யத் தயாராக இருந்தார். அதற்கு ஒரு பலனும் இல்லாமல் போனால்கூடப் பரவாயில்லை!

பின்னே? எத்தனை வருடக் கனவு இது! 'கௌன் பனேகா க்ரோர்பதி' நிகழ்ச்சி ஒளிபரப்பாகத் தொடங்கியதுமுதல் அதில் கலந்துகொள்ளவேண்டும் என்கிற ஆசையுடன் ஏகப்பட்ட எஸ். எம்.எஸ்.கள் அனுப்பிக்கொண்டிருக்கிறார். ஆனால் எதுவும் தேர்வாகவில்லை.

பத்து வருடமாகக் கிடைக்காத வாய்ப்பா இந்தமுறை கிடைத்துவிடப்போகிறது? ரஹத்துக்கு நம்பிக்கை இல்லை. ஆனாலும் அவரால் அந்த எஸ்.எம்.எஸ்.ஸை அனுப்பாமல் இருக்கமுடியவில்லை.

சில நாள்கள் கழித்து, ரஹத்தின் பிறந்த நாள் வந்தது. அன்றைக்கு அவருக்கு உடல்நலம் சரியில்லை. சோர்ந்து படுத்திருந்தவரை செல்ஃபோன் அழைப்பு எழுப்பியது. 'நாங்க கௌன் பனேகா க்ரோர்பதி டீம் பேசறோம், உங்க எஸ்.எம்.எஸ். அடுத்த ரவுண்டுக்குத் தேர்வாகியிருக்கு!'

உற்சாகமானார் ரஹத். 'இப்ப நான் என்ன செய்யணும்?'

'நாங்க மூணு கேள்வி கேட்போம். அதுக்குச் சரியான பதில் சொன்னீங்கன்னா மும்பை வந்து நிகழ்ச்சியில கலந்துக்கலாம்!'

வரிசையாக அந்த மூன்று கேள்விகளுக்கும் பதில் சொன்னார் ரஹத். 'கங்க்ராஜுலேஷன்ஸ், மும்பை வந்து சேருங்க, ஆல் தி பெஸ்ட்!'

இப்போது ரஹத் முகத்தில் புது மலர்ச்சி. ஆனால், அவரால் தனியாக மும்பைக்குப் போகமுடியுமா? வீட்டில் அனுமதிப்பார்களா?

ரஹத்தின் கணவர் இம்தியாஸ் கொச்சியில் வேலை பார்த்துக்கொண்டிருந்தார். இங்கே ஜார்கண்டில் ரஹத்தும் குழந்தைகள் ஃபைஸல், தஸீமும்தான்.

அவர்களுடையது ஏழைமையான குடும்பம். இம்தியாஸுக்கு மாதச் சம்பளம் சுமார் எட்டாயிரம் ரூபாய். அவர் எங்கேயோ கேரளாவில் தங்கிச் சமைத்துச் சாப்பிட்டுக்கொண்டு இங்கே குடும்பத்தையும் பராமரிக்கும் அளவுக்கு இந்த வருமானம் போதவில்லை.

ஆகவே, ரஹத் தனக்குத் தெரிந்த தையல் தொழிலை மற்றவர்களுக்குச் சொல்லித்தர ஆரம்பித்தார். அதில் கிடைத்த வருமானம் கொஞ்சம் நிலைமையைச் சமாளிக்க உதவியது.

ஆனால் இத்தனைக்குப்பிறகும், அவ்வப்போது ஏதாவது ஒரு பெரிய செலவு வந்து கையைக் கடிக்கும். குழந்தைகளுக்கு நல்ல உடைகளோ சரியான மருத்துவமோகூட செய்யமுடியாமல் கையைப் பிசைந்துகொண்டு நிற்க நேரிடும்.

ரஹத் பிறந்த குடும்பம் ஓரளவு வசதியானதுதான். ஆனால் சில பிரச்னைகள் அவர்களுடைய பொருளாதார நிலைமையைக் கீழே தள்ளின. ‘டாக்டராக வேண்டும்’ என்ற ரஹத்தின் கனவு முடிவுக்குள் வந்தது. திருமணம் செய்து மாப்பிள்ளை வீட்டுக்கு அனுப்பிவிட்டார்கள்.

இங்கே ரஹத்துக்கு அக்கம்பக்கத்தில் பேசக்கூட அனுமதி இல்லை. அடுத்தடுத்து இரண்டு குழந்தைகளும் பிறந்துவிட்டதால், கல்லூரிப் படிப்பெல்லாம் சான்ஸே இல்லை!

ஆனாலும் ரஹத் விடவில்லை. பொறுமையாகக் காத்திருந்து தன் கணவரிடம் அனுமதி வாங்கினார். பக்கத்தில் உள்ள ஒரு கல்லூரியில் சேர்ந்து படித்துப் பட்டம் பெற்றுவிட்டார்.

கல்லூரியிலும் சரி, அதற்கு வெளியிலும் சரி, ரஹத்துக்குப் பொது அறிவு விஷயங்களைப்பற்றிப் படிப்பது என்றால் அவ்வளவு ஆர்வம். அதுதான் அந்த மூன்று ரூபாய் எஸ். எம்.எஸ். வழியே அவரை ‘கௌன் பனேகா க்ரோர்பதி’யின் வாசல்வரை கொண்டு சேர்த்திருக்கிறது.

உடனடியாக, ரஹத் தன்னுடைய கணவரிடம்

தொலைபேசிவழியே பேசினார். ‘மும்பைக்குப் போய் இந்த நிகழ்ச்சியில கலந்துக்கணும்-ங்க’ என்று அனுமதி கேட்டார்.

‘முடியவே முடியாது’ என்றார் இம்தியாஸ். ‘அங்கே உன்னைவிடப் புத்திசாலிங்க நிறைய பேர் இருப்பாங்க. காசைச் செலவழிச்சுக்கிட்டு அவ்ளோ தூரம் போய்ட்டு வெறுங்கையோட திரும்பி வரப்போறியா? இந்த ஆசையை இப்பவே மறந்துடு!’

‘ப்ளீஸ்ங்க’ கெஞ்சினார் ரஹத். ‘எனக்கு ஜெயிக்கமுடியும்னு நம்பிக்கை இருக்கு.’

மறுபடியும் ‘நோ’ சொல்லதான் நினைத்தார் இம்தியாஸ். ஆனால் இதற்குமுன் பலதடவை ரஹத் நினைத்தது அப்படியே நடந்திருப்பது அவருடைய நினைவுக்கு வந்தது. ‘பாவம், ஆசையாகக் கேட்கிறாள், ஒருமுறை விட்டுப்பார்ப்போமே!’

கணவரின் அனுமதி கிடைத்தவுடன் நேராக ரயில் டிக்கெட் வாங்க ஓடினார் ரஹத். ‘ஸாரி, எல்லா ரயிலும் ஃபுல்’ என்று பதில் வந்தது.

‘நான் உடனே மும்பை போகணுமே!’

‘வேணும்ன்னா ஃப்ளைட்ல போங்க.’

ரஹத் அதற்குமுன் ஆகாய விமானத்தைப் படத்தில்தான் பார்த்திருக்கிறார். இப்போது அவர் மும்பை போகவேண்டுமென்றால் அதைத்தவிர வேறு வழி இல்லை.

ஆனால், ஃப்ளைட் டிக்கெட்டுக்குப் பல ஆயிரம் ரூபாய் செலவாகுமே. அவ்வளவு பணத்துக்கு எங்கே போவது?

இப்போதும் ரஹத் நம்பிக்கை இழக்கவில்லை. ‘நமக்கு அதிர்ஷ்டம் அவ்வளவுதான்’ என்று சோர்ந்துவிடவில்லை. உறவினர் ஒருவரிடம் ஓடினார். கடன் கேட்டார்.

‘உனக்கென்ன பைத்தியமா பிடிச்சிருக்கு?’ என்று அந்த உறவினர் கேட்டார். ‘உன் குடும்பம் இருக்கற நிலைமையில ஃப்ளைட்

புடிச்சு மும்பைக்குப் போறதெல்லாம் கட்டுப்படியாகுமா?'

எப்படியோ பேசி அவரைச் சம்மதிக்கவைத்தார் ரஹத். ஒரு பெரும்தொகையைக் கடன் வாங்கிக்கொண்டார். விமானம் ஏறினார். மும்பை வந்து இறங்கினார்.

ரஹத்துக்குத் துணையாக அவருடைய கணவர் இம்தியாஸும் மும்பைக்கு வந்து சேர்ந்தார். இருவரும் 'கௌன் பனேகா க்ரோர்பதி' நிகழ்ச்சியின் படப்பிடிப்பில் கலந்துகொண்டார்கள்.

அப்போதும் இம்தியாஸுக்கு நம்பிக்கை இல்லை. மனைவியின் ஆசைக்காகதான் இவ்வளவு செலவழிக்க ஒப்புக்கொண்டார்.

ஆனால் அவர் எதிர்பார்க்காதபடி, தகுதிச்சுற்றில் ரஹத் வெற்றியடைந்தார். அமிதாப் பச்சன்முன்னால் உட்கார்ந்து கேள்விகளுக்குப் பதில் சொல்ல ஆரம்பித்தார்.

இம்தியாஸ் தன்னுடைய கண்களையே நம்பமுடியாமல் பார்த்துக்கொண்டிருந்தார். அவரது மனைவி, ஓர் ஏழைக் குடும்பத்தலைவி, இப்போது இந்தியாவே பார்க்கும் 'ஹாட் சீட்'டில் உட்கார்ந்திருக்கிறார். அதுவும் சும்மா இல்லை, படபடவென்று ஒவ்வொரு கேள்வியாக அவர் பதில் சொல்ல ஐயாயிரம், பத்தாயிரம் என்று ரஹத்தின் வெற்றி மீட்டர் ஏறிக்கொண்டிருந்தது.

அப்போதுதான் இம்தியாஸ் முதன்முறையாக நினைத்தார். 'என் மனைவியோட பலம் எனக்கே தெரியலை, அவளை ரொம்பக் குறைவா எடை போட்டுட்டேன்!'

அடுத்த சில நிமிடங்கள் கழித்து, ரஹத் மூன்றரை லட்சம் ரூபாய் ஜெயித்துவிட்டார். 'இவ்வளவு தொகையை நான் பார்த்ததே கிடையாது!' என்று பரவசத்துடன் சொன்னார் அவர்.

'சரி, இந்தப் பணத்தை என்ன செய்வீங்க? பேங்க்ல போடுவீங்களா? செலவு செய்வீங்களா?' என்று கேட்டார் அமிதாப் பச்சன்.

'எனக்கு பேங்க்ல அக்கவுன்டே கிடையாதுங்க, இனிமேதான் ஆரம்பிக்கணும்' என்று ரஹத் சொன்னதும் அமிதாப்புக்கே ஆச்சர்யம். இதென்ன, ஸ்லம்டாக் மில்லியனர் கதைமாதிரி இருக்கிறதே!

நிஜம்தான். மூன்றரை லட்சத்தில் தொடங்கிய ரஹத்தின் வெற்றித்தொகை படிப்படியாக எகிறியது. தனக்குப் பதில் தெரியாத கேள்விகளுக்கெல்லாம் சரியான 'லைஃப்லைன்'களைப் பயன்படுத்தி அவர் சமாளித்ததை எல்லோரும் ரசித்தார்கள்.

கடைசியாக, பன்னிரண்டாவது கேள்வி. அதற்கும் சரியான பதிலைச் சொல்லி ஒரு கோடி வென்றார் ரஹத் தஸ்லிம். கைதட்டலில் அரங்கம் அதிர்ந்தது.

ரஹத்துக்கு ஒரு கோடி ரூபாய் செக்கைக் கொடுத்த அமிதாப் கேட்டார். 'இப்ப சொல்லுங்க, இந்தத் தொகையை என்ன செய்வீங்க?'

'என் பிள்ளைங்களுக்கு நல்ல படிப்பைக் கொடுக்கணும், சொந்தமா ஒரு துணிக்கடை ஆரம்பிக்கணும், அப்புறம் இல்லாதவங்களுக்கு உதவி பண்ணணும்!'

'கொஞ்சம் பொறுங்க ரஹத்' என்றார் அமிதாப். 'இன்னும் ஒரு கேள்வி இருக்கு. அதுக்குப் பதில் சொன்னீங்கன்னா, உங்க வெற்றித் தொகை அஞ்சு கோடி ஆகிடும்!'

'ஒருவேளை பதில் சொல்லலைன்னா?'

'இந்த ஒரு கோடியும் போயிடும். உங்களுக்கு மூணரை லட்சம்தான் மிஞ்சும்!'

ரஹத் அந்தக் கேள்வியைக் கேட்டார். நிஜமாகவே அதற்கு அவருக்குப் பதில் தெரியவில்லை. சும்மா ஒத்தையா ரெட்டையா போட்டுப் பார்த்து ஒரு கோடியை இழப்பதைவிட, இருப்பதோடு திருப்தியடைவதே மேல் என்று முடிவு செய்துவிட்டார்.

இன்றைக்கு ரஹத்தின் குடும்பம் அவர் நினைத்ததுபோல்

வசதியாக வாழ்கிறது. அதைவிட முக்கியம், இந்தியாவின் மிகவும் பின்தங்கிய ஒரு மாநிலத்தில் வாழ்கிற, அதிகப் படிப்பறிவோ, உலக அனுபவமோ இல்லாத ஒரு குடும்பத் தலைவியால் தன்னுடைய கனவைப் பின்தொடர்ந்து இப்படி ஒரு சிறப்பான வெற்றியை அடையமுடியும் என்பதை நிரூபித்திருக்கும் ரஹத்தின் வாழ்க்கை பல மேடைகளில் பேசப்படுகிறது. வெவ்வேறு மகளிர் அமைப்புகள் மத்தியில் ரஹத்தைப் பேச அழைக்கிறார்கள்.

தொலைக்காட்சி ரியாலிட்டி ஷோக்கள் எல்லாமே வெறும் நாடகம்தான் என்று நம் மத்தியில் ஒரு கருத்து இருக்கிறது. அதற்குமத்தியில் ரஹத் தஸ்லிம்மாதிரி நிஜமான வெற்றிக்கதைகளும் கிடைத்துக்கொண்டுதான் இருக்கின்றன!

14. ‘பொடி’ட்டர்

அலஹாபாதில் ‘ஜாக்ருதி’ என்ற ஒரு பத்திரிகை. வாரம் தவறாமல் வெளியாகிறது. அதை வாசிப்பதற்காகக் காத்திருக்கும் தீவிர ரசிகர்கள் பலர்!

இது என்ன பெரிய ஆச்சர்யமா? உலகம்முழுக்க வாரப் பத்திரிகைகள் வெளியாகிக்கொண்டுதான் இருக்கின்றன. இந்த ‘ஜாக்ருதி’யில் மட்டும் என்ன விசேஷம்?

காரணம் இருக்கிறது. இந்தப் பத்திரிகையின் நிருபர், எடிட்டர், பதிப்பாளர், லேஅவுட் ஆர்ட்டிஸ்ட், அச்சிடுபவர், விநியோகிப்பவர் எல்லாமே ஒருவர்தான். உத்கர்ஷ் த்ரிபாதி என்கிற அந்த ஒன்மேன் ஆர்மி, பன்னிரண்டு வயது மாணவர்!

இந்தச் சிறுவன் நடத்துகிற பத்திரிகையைப் பல பெரியவர்களும் ஆர்வமாகக் காத்திருந்து படிக்கிறார்கள். உத்கர்ஷின் நண்பர்கள், உறவினர்களில் ஆரம்பித்து அவனுடைய ஆசிரியர்கள், அந்த ஊர்ப் பெரிய மனிதர்கள், காவல்துறை அதிகாரிகள், வழக்கறிஞர்கள் என எல்லோருடைய கவனத்தையும் ஈர்த்திருக்கிறது இந்தச் சிறு பத்திரிகை!

ஏழாங்கிளாஸ் படிக்கிற பையனுக்குச் சொந்தமாகப் பத்திரிகை நடத்தும் அளவுக்கு விவரம் போதுமா? அப்படி அந்தப் பத்திரிகையில் அவன் என்னதான் எழுதுகிறான்? இந்த ஆர்வம் எப்படி வந்தது?

சிறிதுகாலம் முன்பாக உத்கர்ஷ் த்ரிபாதி சில சேவை அமைப்புகளைப் பற்றிப் படித்திருக்கிறார். தானும் அதுபோல உருப்படியாக ஏதாவது செய்யவேண்டும் என்று யோசித்திருக்கிறார். தன் தந்தை ஹரி பிரசாதிடம் விசாரித்திருக்கிறார். 'நான் இந்த நாட்டுக்காக ஏதாவது செய்ய விரும்பறேன்ப்பா. என்ன செய்யலாம்? எப்படிச் செய்யலாம்?'

ஹரி பிரசாதுக்குத் தன் மகனை எண்ணிப் பெருமை. 'நீ படிச்சு முடிச்சுட்டு ராணுவத்துல சேரலாமே!' என்று ஆலோசனை சொல்லியிருக்கிறார்.

ஆனால் உத்கர்ஷ் அவ்வளவு காலம் காத்திருக்க விரும்பவில்லை. இப்போதே ஏதாவது செய்யவேண்டும் என்று அவரது தோள்கள் துடித்தன. அதற்குப் பத்திரிகைத் துறையைத் தேர்ந்தெடுத்தார்.

உத்கர்ஷின் ஜாக்ருதி இதழில் சமூகத்தைப் பிடித்திருக்கும் நோய்களைப் பற்றிய விழிப்புணர்வுக் கட்டுரைகள், தன்னம்பிக்கையூட்டும் செய்திகள், பொது அறிவுத் தகவல்கள், வெற்றியாளர்களின் சாதனைச் சரித்திரங்கள் போன்றவை இடம் பெறுகின்றன. 'இதன்மூலம் இந்தச் சமூகத்துக்கு என்னால் ஆன கடமையைச் செய்கிறேன்' என்று பெருமிதத்துடன் சொல்கிறார் இந்தக் குட்டி எடிட்டர்!

ஜாக்ருதியில் வருகிற எல்லாக் கட்டுரைகளையும் உத்கர்ஷ்தான் கையால் எழுதுகிறார். அவற்றுக்கு ஏற்ற ஓவியங்கள், புகைப்படங்களைத் தேர்வு செய்து, அழகாக லேஅவுட் செய்து ஒவ்வோர் இதழையும் உருவாக்குகிறார். பின்னர் அதனை இவரே பல பிரதிகள் ஜெராக்ஸ் எடுத்துத் தெருத்தெருவாக விநியோகிக்கிறார்!

ஆனால் இத்தனைக்கும் இவருக்கு ஏது நேரம்? பள்ளி, வகுப்புகளுக்கெல்லாம் கட் அடித்துவிடுவாரோ?

அதுதான் இல்லை. உத்கர்ஷ் படிப்பிலும் செம கெட்டி. ஸ்கூலுக்குப் போய்த் திரும்பி வந்து ஹோம்வொர்க்கெல்லாம் செய்துமுடித்தபிறகுதான் பத்திரிகை வேலைகளைச் செய்வாராம். அப்புறம் இருக்கவே இருக்கிறது சனி, ஞாயிறு விடுமுறைகள்!

'நேரம் என்பது நாமே உருவாக்கிக்கொள்கிற விஷயம்தான்' என்பது உத்கர்ஷின் கருத்து. 'முக்கியமா, நாம ஒரு வேலையைச் செஞ்சே தீரணும்ன்னு மனசுக்குள்ளே நினைச்சுட்டாலே போதும். அதுக்கான நேரத்தை நாமே உருவாக்கிக்குவோம்!'

நம் ஊரிலும் அந்தக் காலத்தில் கையெழுத்துப் பத்திரிகைகள் நிறைய இருந்தன. அவற்றில் எழுதி, படம் வரைந்து, படிப்படியாக வளர்ந்து பிரபலமான இளம் திறமையாளர்கள் ஏராளம்.

ஆனால் இப்போதெல்லாம் குழந்தைகள் படிப்பதே அபூர்வமாகிவிட்டது. அச்சு இதழ்களையே படிக்க ஆளில்லாதபோது கையெழுத்துப் பத்திரிகைகளை யார் மதிப்பார்கள்?

உத்கர்ஷ் போன்ற இளம் சாதனையாளர்களால் நம் இந்தியாவில் கையெழுத்துப் பத்திரிகைகளுக்கு மீண்டும் இன்னொரு பொற்காலம் வந்தால் மகிழ்ச்சிதானே!

15. ஐம்பது விஷயங்கள்

அவசரமான உலகம் இது. நாம் எல்லோரும் அக்கம்பக்கத்தில் இருப்பவர்களைத் திரும்பிப் பார்க்கவோ, புன்னகை செய்யவோகூட நேரம் இல்லாமல் ஓடிக்கொண்டிருக்கிறோம்.

சக மனிதர்களுக்கே அன்பு, அக்கறை இல்லாதபோது, இந்தப் பூமியின்மீது யார் நேசம் காட்டுவார்கள்? இயற்கையை யார் ரசிப்பார்கள்? சுற்றுச்சூழல் மாசுபடுகிறதே என்று யார் கவலைப்படுவார்கள்? நல்ல நட்புகள், உறவுகள் சிதைகிறதே என்று யார் உச்சுக்கொட்டுவார்கள்?

'இன்றைய பரபரப்பு வாழ்க்கை, மனிதப் பண்புகளை மெல்ல அழித்துக்கொண்டிருக்கிறது' என்கிறார்கள் நிபுணர்கள். மிகச் சிறிய வயதிலிருந்தே நாம் இந்த வாழ்க்கைக்குப் பழகிவிடுவதால், இன்னும் கொஞ்ச நாளில் ஒரு தலைமுறையே இயந்திரத்தனமான உலகத்துக்குப் பழகிவிடும். அப்புறம் நமக்கு எப்போதும் மீட்சி கிடையாது.

என்ன செய்யலாம்?

நிறையப் பேர், தனி நபர்கள், அமைப்புகள், நிறுவனங்கள் இந்த நிலைமையை மாற்றிப் பூமியில் மீண்டும் நேசத்தைக்

கொண்டுவருவதற்கான முயற்சிகளில் இருக்கிறார்கள். அவற்றில் முக்கியமான ஓர் அமைப்பு, இங்கிலாந்தைச் சேர்ந்த '*We Are What We Do!*'

யூஜினி ஹார்வே என்பவருடைய வழிகாட்டுதலில் இயங்கிவரும் இந்த அமைப்பு, உலகத்தை மாற்றி அமைப்பதற்கான ஐம்பது எளிய விஷயங்களைத் தொகுத்து வெளியிட்டிருக்கிறது. இங்கிலாந்தில்மட்டுமின்றி சர்வதேச அளவில் ஏராளமான மக்கள், முக்கியமாக இளைஞர்களிடையே இந்த ஐம்பது விஷயங்களும் பரவலான வரவேற்பைப் பெற்றுள்ளன.

இதில் முக்கியமாகச் சொல்லவேண்டிய ஸ்பெஷாலிட்டி, இந்த வழிகளைப் பின்பற்றுவதற்கு நீங்கள் பெரிய படிப்பாளியாகவோ, பணக்காரராகவோ இருக்கவேண்டிய அவசியம் இல்லை. இதற்காக நிறையக் காசோ, நேரமோ செலவழிக்கவேண்டியதில்லை, எல்லோராலும் பின்பற்றக்கூடிய இந்தச் சுலபமான வழிமுறைகள் உலகம்முழுக்கப் பரவினால், நம் பூமியே புதுசாகிவிடும் என்பது இவர்களுடைய நம்பிக்கை.

அந்த ஐம்பது விஷயங்களை உங்களுக்காகக் கொஞ்சம் லோக்கல் ஃப்ளேவருடன் இங்கே தொகுத்துக் கொடுத்திருக்கிறோம். நம் உடலுக்கும், மனத்துக்கும், நம்மைச் சுற்றியிருப்பவர்களுக்கும், இந்தப் பூமிக்கும் இதம் தரக்கூடிய 'ப்ராக்டிகல் 50' ஃபார்முலா இது!

1. ஷாப்பிங் போறீங்களா? கடைகளில் தரும் பிளாஸ்டிக் பைகளை வாங்காதீங்க. வீட்டிலிருந்து நீங்களே ஒரு பை எடுத்துக்கிட்டுப் போங்க, அதில் எல்லாப் பொருள்களையும் போட்டுக் கொண்டுவாங்க. வசதிக்கு வசதி, பிளாஸ்டிக் குப்பையும் குறையும்!

2. கடைசியா எப்போ நீங்க ஒரு கதை படிச்சீங்க? டிவியில சினிமா, சீரியல் பார்க்கறதெல்லாம் கதை ஆகாதுங்க, உங்க குழந்தையோட உட்கார்ந்து ஒரு ஜாலியான கதைப் புத்தகத்தை வாசிங்க, அந்தக் கற்பனை உலகத்துல மிதந்து திரும்புங்க.

3. உங்க வீட்டு விளக்குகளெல்லாம் எந்த ரகம்? விலை அதிகமா இருக்கு-ங்கறதுக்காக மின்சாரத்தைச் சேமிக்கிற விளக்குகளை வாங்காம தவிர்க்கறீங்களா? தப்புங்க!

4. உங்களுக்கு முதல் உதவி செய்யத் தெரியுமா? ஜஸ்ட் ரெண்டு மணி நேரத்துல தெரிஞ்சுக்கக்கூடிய விஷயம்தான் அது. கொஞ்சம் நேரம் ஒதுக்கிக் கத்துக்கோங்க, யார் கண்டது, நாளைக்கே உங்களால நாலு உயிர் பிழைக்கலாம்!

5. அடிக்கடி சிரிங்க. மனம் விட்டுச் சிரிங்க. முன்பின் தெரியாத நபர்களுக்குக்கூட ஒரு புன்னகையைப் பரிசாக் கொடுங்க

6. கார்ல ஜாலியா சவாரி கிளம்பறீங்களா? நீங்க ஏன் அப்பப்போ பஸ் அல்லது ரயிலைப் பயன்படுத்தக்கூடாது? காசு மிச்சம், எரிபொருள் மிச்சம், ரோட்ல ட்ராஃபிக் நெரிசல் மிச்சம்!

7. ஒரு மரம் நடுங்க. தினமும் தண்ணி ஊத்துங்க, அது வளர்ற அழகைப் பார்த்து ரசிங்க.

8. ரசிச்சுக் குளிங்க. ஆனா தண்ணியை வீணாக்காதீங்க.

9. ரொம்ப வேகமா வண்டி ஓட்டாதீங்க. உங்களுக்கும் ஆபத்து, ரோட்ல இருக்கறவங்களுக்கும்!

10. வெயில் ரொம்ப அதிகம்தான். ஏஸியைப் போடறீங்களா, ஓகே. ஆனா ரொம்பக் குளிர் வேண்டாமே, உங்க ஏஸி வெப்பநிலையை ஒரே ஒரு டிகிரி உசத்திவெச்சா மாசம் எவ்ளோ காசு மிச்சமாகும் தெரியுமா?

11. தினமும் கொஞ்ச தூரம் நடந்து பழகுங்க. உடற்பயிற்சி, உலகத்தை ரசிக்க ஒரு வாய்ப்பு!

12. அநாவசியமா ஓடிக்கிட்டிருக்கிற ஃபேன், விளக்கு, டிவியையெல்லாம் ஆஃப் பண்ணுங்க

13. புது ஃபோன் வாங்கியிருக்கீங்களா? சந்தோஷம். ஆனா பழைய ஃபோனைச் சும்மா குப்பையில தூக்கி எறியாதீங்க,

கடையில கொடுத்தா அவங்களே அதை 'மறுசுழற்சி' செஞ்சு உருப்படியா வேற பொருள்களைத் தயாரிப்பாங்க.

14. உங்களைவிட ரொம்ப வயசான (அல்லது உங்களைவிட ரொம்ப வயசு குறைஞ்ச) ஒருத்தரோட பேசுங்க, அவங்களோட அனுபவங்களைக் கேட்டு ரசிங்க.

15. உங்களுக்குப்பிறகு உங்களால நாலு பேர் வாழட்டுமே, உடல் உறுப்புகளைத் தானம் செய்ங்க.

16. ஏதாவது பொருள் வாங்கினா பாக்கி கிடைக்கிற சில்லறைக் காசுகளை ஓர் உண்டியல்ல போட்டு வைங்க. மாசக் கடைசியில அதை ஒரு நல்ல சமூக சேவைக்குச் செலவழிச்சு சந்தோஷப்படுங்க.

17. ரொம்ப டிவி பார்க்காதீங்க. உலகத்தில நிறைய சந்தோஷம் இருக்கு. தேடி அனுபவிக்க நேரம் வேணும், அதை டிவி முன்னாடி கொல்லவேணாமே.

18. உங்களுக்கு எத்தனை மொழி தெரியும்? புதுசா ஒரு மொழியைக் கத்துக்கிட்டுப் பேச முயற்சி பண்ணுங்களேன். அது எவ்ளோ ஜாலியான விஷயம் தெரியுமா?

19. உங்களைச் சுத்தி எப்பவும் கலகலன்னு இருக்கணும், நிறைய ஜோக் சொல்லுங்க!

20. நீங்க சம்பாதிச்ச பணத்தைச் சரியான வழிகள்ல முதலீடு பண்ணுங்க. வட்டி நிறைய வருதுன்னு ஆபத்துல போய் விழாதீங்க.

21. ஆடம்பரத்தைத் தவிர்க்கப் பாருங்க. அதனால கிடைக்கிற அழகு நமக்கு வேணாம்.

22. உயில் எழுதிடுங்க, இப்பவே.

23. தினமும் ஒருமுறையாவது குடும்பத்தில எல்லாரும் ஒண்ணா உட்கார்ந்து சாப்பிடுங்க. அந்தச் சந்தோஷமே தனி!

24. கண்ட இடத்துல குப்பை போடாதீங்க. அதை அள்ளிச் சுத்தப்படுத்தற செலவுல உங்க நகராட்சி நாலு நல்ல விஷயம் செய்யட்டுமே.

25. பிளாஸ்டிக் கப்ல காஃபி, டீ குடிக்காதீங்க. அது உடம்புக்கும் கெடுதல், பூமிக்கும் கெடுதல்.

26. ரத்த தானம் செய்ங்க, உங்களால முடிஞ்சபோதெல்லாம்

27. சமூக சேவை அமைப்புகள் நடத்தற கடைகளைத் தேடிப் போய்ப் பொருள்களை வாங்குங்க, பேரம் பேசாம அவங்க கேக்கற விலையைக் கொடுங்க.

28. நாளைக்குன்னு எதையும் தள்ளிப்போடாதீங்க. இந்த விநாடிதான் ரொம்ப நல்ல நேரம்!

29. கம்ப்யூட்டர் பழசாயிடுச்சா? புதுசு வாங்கப்போறீங்களா? பழசைத் தூக்கி வீசவேண்டாம், அக்கம்பக்கத்துல இருக்கிற ஒரு நல்லாப் படிக்கிற ஏழை மாணவனுக்கு அதைப் பரிசாக் கொடுங்க, அவன் அதை வெச்சு நாலு மடங்கு முன்னேறுவான்.

30. நண்பருக்குப் பிறந்த நாளா? வாழ்த்து அட்டை வாங்கறதுக்குப் பதிலா, நீங்களே ஒரு ஸ்பெஷல் ஐட்டம் சமைச்சுக் கொடுத்து அசத்துங்க.

31. நீங்க பல் தேய்க்கும்போது பைப் ஏன் திறந்திருக்குது? அதை மூடி வைங்க, இதன்மூலம் ஒவ்வொரு வருஷமும் உங்க வீட்ல சுமார் இருபத்தஞ்சாயிரம் லிட்டர் தண்ணி மிச்சமாகும், தெரியுமா?

32. ஜாலியா படம் வரையக் கத்துக்கோங்க. கிறுக்கல்ல ஆரம்பிச்சுப் பிக்காஸோ ஆகிடலாம், எல்லாம் மனசுலதான் இருக்கு.

33. படிச்சு முடிச்ச புத்தகங்களை அடுத்தவங்களுக்குப் பரிசாக் கொடுங்க. ஞானத்தைப் பரப்புங்க.

34. விலை குறைவுங்கறதுக்காகக் கண்டதையும் வாங்காதீங்க. தரமான பொருள்களை நியாயமான விலையில் விற்கும் கடைகளுக்கு ஆதரவு கொடுங்க.

35. உங்க வாழ்க்கையிலேயே ரொம்பப் பெரிய தாக்கத்தை உண்டாக்கின ஒருத்தர் இருப்பார்தானே? அவருக்கு ஒரு லெட்டர் போட்டு நன்றி சொல்லுங்க, இப்பவே!

36. யாராச்சும் கவலையோட பேசினா, அலட்சியமா உச்சுக்கொட்டாதீங்க. அஞ்சு நிமிஷம் காது கொடுத்துக் கேளுங்க, அவங்களோட பாரம் பாதியாக் குறையும்.

37. ரோட்ல எல்லா வண்டியையும் முந்திப் போகணும்னு பிடிவாதம் பிடிக்காதீங்க. ரிலாக்ஸ்!

38. சாப்பிடும்போது, தேவைக்கு மேலே எடுத்துக்காதீங்க, வீணாக்கிக் குப்பையில கொட்டாதீங்க.

39. சூப்பர் மார்க்கெட்களோட பளபளப்புல உள்ளூர்க் கடைகள் மாயமா மறைஞ்சுகிட்டிருக்கு. அவங்களையும் ஆதரிக்க மறக்காதீங்க.

40. உங்க மனசுக்குப் பிடிச்ச ஓர் அமைப்புல சேர்ந்துக்கோங்க, உங்களால முடிஞ்ச சமூக சேவையைச் செய்ங்க, ஒருவேளை முடியாட்டியும் பரவாயில்லை, ஒரேமாதிரி சிந்திக்கிற மக்கள் மத்தியில இருக்கறதே பெரிய அற்புதமான அனுபவம்ங்க!

41. நீங்க நேசிக்கிற ஒருத்தரை அணைத்து ‘ஐ லவ் யூ’ சொல்லுங்க. அது கெட்ட வார்த்தை இல்லை, உண்மையான அன்பின் அடையாளம்.

42. மூக்குக் கண்ணாடியை மாத்தப்போறீங்களா? பழைய கண்ணாடியை ஒரு சமூக சேவை நிறுவனத்துக்குக் கொடுங்க, அது வயசான ஒரு தாத்தாவுக்கோ, பாட்டிக்கோ பயன்படும், உங்களுக்கும் வாழ்த்துக் கிடைக்கும்!

43. உங்க குழந்தையோட சேர்ந்து கொஞ்ச நேரம் தோட்ட

வேலை செய்ங்க. உடலுக்கும் மனசுக்கும் ஒரே நேரத்தில பயிற்சி!

44. ஏதாவது தப்பு நடக்கறது தெரிஞ்சா, தட்டிக்கேட்க முடியாட்டியும் பரவாயில்லை, உரிய நபர்களுக்கு ஃபோன் செஞ்சு விவரம் சொல்லுங்க.

45. உங்க அக்கம்பக்கத்து வீட்டாரை உங்களுக்குத் தெரியுமா? இல்லாட்டி, இப்போ தெரிஞ்சுக்கோங்க.

46. எல்லாத்துலயும் காசுக் கணக்குப் பார்க்காதீங்க. இந்த உலகத்துல காசையும் மீறி நிறைய நல்லது இருக்கு.

47. காகிதத்தை வீணடிக்காதீங்க. ரெண்டு பக்கமும் எழுதுங்க.

48. அரைகுறை ஞானம் ஆபத்து. நிறையப் படிங்க, எதையும் கேள்வி கேட்கப் பழகுங்க.

49. இதுமாதிரி அற்புதமான யோசனைகள் உங்களுக்கும் தோணும், அதை மத்தவங்களோட பகிர்ந்துக்கோங்க, அவங்க சொல்றதுல இருக்கிற நல்ல அம்சங்களை நீங்க பின்பற்றுங்க.

50. இந்த ஐம்பது விஷயங்களையும் நீங்கமட்டும் படிச்சாப் போதுமா? உங்க நண்பர் ஒருவருக்கும் படிச்சுக் காட்டுங்க. அவரை இன்னொருத்தருக்குப் படிச்சுக் காட்டச் சொல்லுங்க, இந்தச் செய்தி எத்தனை பேருக்குப் பரவுதோ, அத்தனை நல்லது!

16. ஒரே வாரத்தில் வீடு கட்டமுடியுமா?

அவர் அப்போதுதான் வேலை விஷயமாக வெளியூர் சென்று திரும்பியிருந்தார். டாக்ஸியில் வீட்டுக்கு வரும் வழியில் வெளியே எட்டிப் பார்த்தால் ஒரு பெரிய கட்டடம்.

'டிரைவர், இதென்னது?'

'புது ஹோட்டல் சார். நேத்துதான் கட்டிமுடிச்சாங்க!'

'என்னப்பா சொல்றே? போனவாரம் நான் ஊருக்குப்போகும்போது இந்த இடம் காலியா இருந்ததே!'

'ஆமா சார். அதுக்கப்புறம் ஆறு நாள்ல இந்தப் பதினஞ்சு மாடிக் கட்டடத்தைக் கட்டி முடிச்சுட்டாங்க.'

'என்னய்யா விளையாடறியா?'

ம்ஹூம். இல்லை. நிஜமாகவே சீனாவில் ஆறே நாள்களில் ஒரு பிரம்மாண்டமான 15 மாடிக் கட்டடத்தைக் கட்டிமுடித்துச் சாதனை படைத்திருக்கிறார்கள்.

நம்பச் சிரமமாக உள்ளதா? கொஞ்சம் விளக்கமாகச் சொன்னால் புரியும்.

பொதுவாக ஒரு கட்டடத்தைக் கட்டுவதில் அதிக நேரம் பிடிப்பது என்று பார்த்தால் அஸ்திவாரம் போடுவது, தளங்கள், தூண்கள், சுவர்கள், ஜன்னல்கள், கதவுகள் போன்றவற்றை அமைப்பது, மற்ற கட்டுமானப் பொருள்களைக் கையாள்வதுதான். இந்த வேலைகளை முன்கூட்டியே வேறு எங்காவது செய்துமுடித்துவிட்டால் அப்புறம் வீடு கட்டுவது சும்மா பெட்டிகளை அடுக்கிவைப்பது மாதிரி வேலைதான்.

இதைத்தான் சீனாவின் சங்ஷா மாகாணத்தில் உள்ள ‘ஆர்க்’ என்ற ஹோட்டலில் செய்துமுடித்துள்ளார்கள். அத்தனை மாடிகளுக்கும் தேவையான கட்டுமானப் பொருள்களை முன்கூட்டியே தயார் செய்துகொண்டுவிட்டார்கள். அஸ்திவாரத்தையும் பலமாகச் செய்துவிட்டார்கள். அப்புறம் மளமளவென்று 15 மாடிகளை எழுப்பி நிறுத்திவிட்டார்கள்.

கேட்பதற்குச் ‘செம ஈசி’யாகத் தோன்றுகிற இந்த விஷயம் உண்மையில் மிகப் பெரிய சவால். பக்காவாகத் திட்டமிட்டு அதை இன்னும் பர்ஃபெக்டாகச் செயல்படுத்தினால்மட்டுமே இது சாத்தியப்படும்.

இந்தக் கட்டடம் எப்படி இத்தனை விரைவாகக் கட்டிமுடிக்கப்பட்டது என்ற அதிசயத்தை ஓர் அட்டகாசமான வீடியோவாகப் பதிவு செய்து வெளியிட்டிருக்கிறார்கள். அதைப் பார்க்கையில் ஏதோ விட்டலாச்சார்யா படம்மாதிரி இருக்கிறது. காலி நிலத்தில் நம் கண்ணெதிரே பட்டைபட்டையாக இரும்புப் பாளங்கள் பொருத்தப்படுகின்றன. அப்படியே ஒவ்வொரு மாடியாகக் கட்டப்படுகின்றன. சுவர்கள் மாயமாகத் தோன்றுகின்றன. ஜன்னல்களில் கனமான கண்ணாடிகள் பொருத்தப்படுகின்றன. அதிநவீன இயந்திரங்களும், உத்வேக ஊழியர்களும் புன்னகையோடு கச்சிதமான ஒழுங்கில் மளமளவென்று ராப்பகலாக வேலை செய்ய ஆறாவது நாள் ஹோட்டல் முழுசும் ரெடி!

அக்கறையோடு நிதானமாகப் பார்த்துப் பார்த்துக் கட்டிய கட்டடங்களே சில வருடங்களில் பல்லிளித்துவிடுகின்றன.

இப்படி அவசரமாகக் கட்டியது எப்படி நீடித்து நிற்கும்?

அந்தக் கவலையே உங்களுக்கு வேண்டாம். செம ஸ்பீடாகக் கட்டப்பட்டிருந்தாலும் சர்வதேசக் கட்டடப் பாதுகாப்பு விதிகள் சகலத்தையும் ஒன்றையும் விட்டுவைக்காமல் கவனமாகப் பின்பற்றியிருக்கிறார்கள். பெரிய பூகம்பமே வந்தாலும் இந்த ஹோட்டலை அசைக்கமுடியாதாம்!

இதற்குச் சாட்சி, இத்தனை விரைவாக நிகழ்ந்த இந்த பிரம்மாண்ட ஹோட்டல் கட்டுமானப் பணிகளின்போது ஒரு சிறிய விபத்துகூட நிகழவில்லை. யாரும் காயமடையவில்லை. இரும்பு, சிமெண்ட், கண்ணாடி, மற்ற கட்டுமானப் பொருள்கள் 1%க்குமேல் வீணாகவில்லை. 'அதே அக்கறையை இந்தக் கட்டடத்தின் ஒவ்வோர் இஞ்சிலும் பார்க்கலாம்' என்கிறார்கள்.

சீனாவில் நிகழ்ந்துள்ள இந்தச் சாதனையைத் தொடர்ந்து சாதாரண வீடுகளைக்கூட இப்படி வேகமாகக் கட்டிமுடிக்கமுடியுமா எனும் ஆராய்ச்சிகள் தொடங்கியுள்ளன. இதன் அடுத்த கட்டமாகக் கட்டுமானத் துறையில் இன்னும் எதையெல்லாம் ரெடிமேடாகச் செய்து பயன்படுத்தலாம் என்றும் உலக அளவில் உள்ள பெரிய நிறுவனங்கள் யோசிக்க ஆரம்பித்துவிட்டார்கள்!

இதனால் மிக விரைவில் பத்து நாளில் பாலம், எட்டு நாளில் அணைக்கட்டு, மூன்று நாளில் பங்களா என்றெல்லாம் சாதனைகளை எதிர்பார்க்கலாமாம். குறிப்பாக இந்த விஷயத்தில் சீனாவை மிஞ்சிவிடவேண்டும் என்று அமெரிக்காவும் சில ஐரோப்பிய நாடுகளும் கங்கணம் கட்டிக்கொண்டிருக்கிறார்கள். இந்தியா போன்ற வளரும் நாடுகளுக்கும் இது பிரமாதமான வாய்ப்பு. அவர்கள் கண்டறியப்போகும் புதுமைகள் இந்தத் துறையில் மிகப் பெரிய புரட்சியைக் கொண்டுவரும் என்று எதிர்பார்க்கலாம்.

இப்போதெல்லாம் வங்கிகள் 5 நாள்களில் வீட்டுக் கடன் என்று விளம்பரம் செய்கிறார்கள். வருங்காலத்தில் கடன்

கிடைப்பதற்குள் வீடே கட்டிமுடிக்கப்பட்டு சாவி கையில் கிடைத்துவிடும்போல!

இனிமேல் ஏதாவது வேலையை ஏற்றுக்கொள்ளுமுன் 'நேரம் போதாது' என்று சாக்குப்போக்கு சொல்வோமா? மனம் இருந்தால் மார்க்கம் உண்டு!

17. ‘அம்மா’டி!

சினிமாவில் மட்டுமில்லை, டென்னிஸிலும்கூடக் கல்யாணமான பெண்களுக்கு இரண்டாம் நிலைதான். பெரும்பாலான டென்னிஸ் வீராங்கனைகள் திருமணமான கையோடு விளையாட்டுக்கு முழுக்குப் போட்டுவிடுவதுதான் ரொம்பக் காலமாகவே சர்வதேச வழக்கமாக இருக்கிறது. சமீபத்தில் சானியா மிர்ஸாவின் திருமணம்பற்றிய தகவல்கள் வெளியானபோதுகூட, பெரும்பாலானோர் உடனடியாக, ‘அப்போ இனிமே அவர் டென்னிஸ் விளையாடமாட்டாரா? ரிடையராகப்போறாரா?’ என்றுதான் கேட்டார்கள்.

ஏன்? திருமணத்துக்கும் டென்னிஸுக்கும் என்ன சம்பந்தம்? கல்யாணமான பெண்களால் டென்னிஸ் விளையாடமுடியாதா?

இந்த மர்மக் கேள்விக்கான பதில் யாருக்கும் தெரியவில்லை. ஆனால் ஒரு பெண் எப்பேர்ப்பட்ட திறமைசாலியாக இருந்தாலும், திருமணத்துக்குப்பிறகு அவரால் டென்னிஸில் பெரிதாக ஜெயிக்கமுடியாது என்பது ஓர் எழுதப்படாத சட்டமாகிவிட்டது.

அதிலும் குறிப்பாக, அந்தப் பெண்ணுக்குக் குழந்தை பிறந்துவிட்டது என்றால், அவ்வளவுதான், அதன்பிறகு அவர் மீண்டும் தொழில்முறை டென்னிஸ் விளையாடுவதைப்பற்றிக் கனவில்கூட நினைத்துப் பார்க்கமுடியாது.

சமீபத்தில், அபத்தமான இந்த உலக வழக்கத்தை மாற்றிச் சாதனை படைத்திருக்கிறார் கிம் க்ளிஜ்ஸ்டெர்ஸ்!

பெல்ஜியத்தைச் சேர்ந்த கிம் க்ளிஜ்ஸ்டெர்ஸ், சில தனிப்பட்ட காரணங்களால் கடந்த 2007ம் ஆண்டிலேயே தொழில்முறை டென்னிஸில் இருந்து ஓய்வு பெற்றுவிட்டார். அதன்பிறகு அவர் கல்யாணம் செய்துகொண்டார், ஒரு பெண் குழந்தைக்குத் தாயானார், மற்ற பல 'முன்னாள் வீராங்கனை'களைப்போல், அவரும் குடும்ப வாழ்க்கையில் செட்டிலாகிவிட்டார் என்றுதான் பலரும் நினைத்தார்கள்.

ஆனால், கிம் தனது கனவுகளை அப்படிப் பறிகொடுக்கவில்லை. திருமணமாகி ஒரு குழந்தை பிறந்தபின்னரும் தன்னால் தொடர்ந்து தொழில்முறை டென்னிஸ் விளையாடமுடியும் என்று அவருக்கு உறுதியாகத் தோன்றியது.

ஆகவே, 'நான் மீண்டும் டென்னிஸ் விளையாடப்போகிறேன், முக்கியப் போட்டிகளில் பங்கேற்கப்போகிறேன்' என்று அறிவித்தார் கிம் க்ளிஜ்ஸ்டெர்ஸ், வெறும் அறிவிப்போடு நிறுத்திவிடாமல் அதற்கான தீவிர முயற்சிகளில் இறங்கினார்.

ஆனால், அப்போது அவரை யாரும் சீரியஸாக எடுத்துக்கொள்ளவில்லை, ஏதோ பத்தோடு பதினொன்றாகக் கொஞ்ச நாள் விளையாடிவிட்டுக் களைத்துப்போய் மீண்டும் ரிடையராகிவிடுவார் என்றுதான் நினைத்தார்கள்.

இப்படி நினைத்தவர்கள் முகத்தில் கரி பூசுவதுபோல், 2009 அமெரிக்க ஓபன் கோப்பையை வென்று சாதனை படைத்தார் கிம் க்ளிஜ்ஸ்டெர்ஸ். முந்தைய 29 ஆண்டுகளில் இதுபோன்ற ஒரு முக்கியமான கோப்பையை வெல்லும் முதல் 'தாய்' இவர்தான்!

ஒரு கையில் கோப்பையுடன் தன்னுடைய அன்பு மகளை அள்ளும் கிம் க்ளிஜ்ஸ்டெர்ஸின் புகைப்படம், பெண்களைப்பற்றிய எத்தனையோ பொய்ப் புனைவுகளை உடைத்து எறிகிறது, உலகெங்கும் உள்ள 'திருமதி'கள், 'தாயார்'களுக்குப் புது நம்பிக்கை அளிக்கிறது, நன்றி கிம்!

இதேபோல் இன்னொரு செய்தி, சீனாவிலிருந்து.

அந்நாட்டுக் கம்யூனிஸ்ட் ஆட்சியின் வைர விழாக் கொண்டாட்டங்கள், அணிவகுப்புகளெல்லாம் பத்திரிகை, செய்தித் தாள்களில் வெளியானபோது, அந்தப் புகைப்படங்களைப் பார்க்கிறவர்கள் எல்லார் மனத்திலும் உதித்த ஒரு கேள்வி, 'சீன ராணுவத்தில் இத்தனை பெண்களா!'

உண்மையில், சீனாவில் கம்யூனிஸ்ட் அரசாங்கம் மலர்வதற்கு முன்பாகவே, அங்கே பெண்களுக்கான சம உரிமைப் போராட்டங்கள் தொடங்கிவிட்டன. கிராமங்களில், பெரிய நகரங்களில் ஆண்கள் விதித்துவந்த அடக்குமுறைகளுக்கு எதிராகச் சீனப் பெண்கள் பொங்கி எழுந்தார்கள். போர் நுணுக்கங்கள், ஆயுதங்களைப் பயன்படுத்துவது என எல்லாவற்றையும் அவர்களே கற்றுக்கொண்டு, 'எங்களுக்கும் சம மரியாதை வேண்டும்' என்று போர்க்கொடி தூக்க ஆரம்பித்தார்கள்.

ஆரம்பத்தில், சீன ஆண்கள் அவர்களைக் கண்டுகொள்ளவில்லை, 'சாதாரணப் பொண்ணுங்கதானே' என்று அலட்சியப்படுத்திவிட்டார்கள்.

இதனால், அந்த தைரியசாலிப் பெண்களின் வேலை இன்னும் எளிதாகிவிட்டது. பல ஆணாதிக்கக் கூட்டங்களின் வாலை நறுக்கி மூலையில் உட்காரவைத்த பெருமை இந்த மகளிர் இயக்கங்களுக்கு உண்டு.

கிட்டத்தட்ட இதே நேரத்தில்தான், மாசேதுங் சீனாவில் மக்கள் புரட்சியைத் தொடங்கிவைத்தார். அதில் ஆண்களுக்கு இணையாகப் பெண்களும் ஆர்வத்துடன் பங்கு பெற்றார்கள்.

பழமைவாத அரசாங்கம் ஒழிந்து மக்களின் ஆட்சி அமைவதற்கு அவர்களும் ஒரு முக்கியக் காரணமாக இருந்தார்கள்.

ஆனால், அந்த மக்களாட்சியில் பெண்களுக்குச் சரியான உரிமைகள் வழங்கப்பட்டதாகச் சொல்லமுடியாது. அடுத்த நாற்பது ஆண்டுகளுக்குப் பெண்கள் தட்டுத்தடுமாறிதான் முன்னுக்கு வரவேண்டியிருந்தது.

தொண்ணூறுகளின் தொடக்கத்தில், இந்த நிலைமை சற்றே மாறியது. அதன்பிறகுதான், பெண்கள் ராணுவத்தில் அதிக எண்ணிக்கையில் சேர்த்துக்கொள்ளப்பட்டார்கள்.

ஆனால் அதேசமயம், பெண் என்கிற ஒரே காரணத்துக்காக அங்கே யாருக்கும் ராணுவத்தில் இடம் கிடைத்துவிடாது. ஏகப்பட்ட உடல், மனப் பரிசோதனைகளைச் சந்திக்கவேண்டும். தங்களுடைய தகுதியைச் சந்தேகத்துக்கு இடமின்றி நிரூபிக்கவேண்டும்.

அதன்பிறகு, ஆண்களுக்கு இணையான கடுமையான பயிற்சி இந்தப் பெண்களுக்கு வழங்கப்படுகிறது. பெரும்பாலான பெண்கள் இந்தச் சவாலைத் துணிவோடு ஏற்றுக்கொண்டு சீன ராணுவத்தின் முக்கியப் பதவிகள், பொறுப்புகளுக்கு உயர்ந்திருக்கிறார்கள்.

இதைப் பார்த்து உந்தப்படும் சீனாவின் இளைஞிகள், பிரம்மாண்டமான ராணுவக் கனவுகளை வளர்த்துக் கொள்கிறார்கள். உடம்பில் அநாவசியச் சதை போடாமல் பார்த்துக்கொள்வது தொடங்கி, கண் பார்வை, தொடர்ந்து அதிக நேரம் உழைப்பதற்கான தெம்புக்குச் சத்தான உணவு என எல்லாவற்றிலும் கூடுதல் கவனமாக இருக்கிறார்கள்.

இதனால், சீன ராணுவத்துக்குப் புதிய முகங்கள் கிடைக்கிறதோ இல்லையோ, நாளைய சீனாவில் பெண்களின் ஆரோக்கியத்துக்குக் குறைச்சல் இருக்காது. நல்ல விஷயம்தானே!

அவள் நினைத்தால், பெண்ணால் எதுதான் முடியாது?

18. அஞ்சு தந்திரம்

என்னுடைய நண்பர் ஒருவர். பல வருடங்களாகச் சம்பளத்துக்கு வேலை பார்த்துக்கொண்டிருந்தவருக்குத் திடீரென்று ஓர் ஆசை. 'சொந்தத் தொழில் தொடங்கவேண்டும்!'

நல்ல விஷயம்தான். ஆனால் அவருக்கு இதில் துளி முன் அனுபவம் இல்லை. அவருடைய பெற்றோர், தாத்தா, பாட்டி, கொள்ளுத்தாத்தா, எள்ளுத்தாத்தா என்று யாருமே சொந்தமாகத் தொழில் தொடங்கி நடத்தியவர்கள் இல்லை. ஆகவே, ஆசையை மிஞ்சும் பயம். நல்ல சம்பளம் வரும் வேலையை விட்டு இப்படி ரிஸ்க் எடுக்கலாமா என்று தயக்கம். தெரிந்தவர்கள் பலரிடம் ஆலோசனை கேட்க ஆரம்பித்தார்.

அவருக்கு நம்பிக்கை தரும்படி ஏதாவது எழுதித் தரலாமே என்று என்னுடைய ஈமெயில் பெட்டியைப் புரட்டிப்போட்டுத் தேடிக்கொண்டிருந்தேன். ஓர் அபூர்வமான விஷயம் கிடைத்தது.

பல நூற்றாண்டுகளுக்குமுன்னால் சீனர்கள் கண்டுபிடித்துப் பின்பற்றிய ரகசியத் தத்துவம் இது. 'போருக்குத் தயாராவதற்கான ஐந்து விதிமுறைகள்.'

போரா? நாம் என்ன ராஜராஜசோழனா? ஏன் சார் போர் அடிக்கறீங்க?

இந்தக் காலத்தில் போர் என்பதற்கான இலக்கணமே மாறிவிட்டது. யானைப்படை, குதிரைப்படை, தேர்ப்படை, காலாட்படை எல்லாமே நமக்குள்தான் இருக்கிறது. பள்ளியில் சேரும் மாணவன், புதிதாக ஒரு வேலையை ஏற்றுக்கொள்கிறவர்கள், ஒரு புது மொழியைக் கற்றுக்கொள்கிறவர்கள், சமையல் பழகும் புதுமணப்பெண்கள், பிரமோஷனுக்காகப் பாடுபடுகிறவர்கள், வித்தியாசமான முயற்சிகளில் துணிந்து இறங்குகிறவர்கள், என் நண்பரைப்போல் சொந்தத் தொழில் ஆர்வலர்கள் என எல்லோரும் வெவ்வேறு போர்களைத்தான் நிகழ்த்திக்கொண்டிருக்கிறோம். ஒரே வித்தியாசம், கத்தி இல்லை, ரத்தம் இல்லை, வெற்றிக் கிரீடமும் இல்லை, வேறுவிதமான இழப்புகள், வேறுவிதமான வெற்றிகள்.

ஆகவே சீனர்கள் போர் இலக்கணமாக வகுத்துவைத்த இந்த ஐந்து விதிமுறைகளை நாம் நமது தினசரி வாழ்க்கையின் சவால்களைச் சமாளிக்கத் தாராளமாகப் பயன்படுத்தலாம். இத்தனை நூற்றாண்டுகள் கடந்தும்கூட அவை இன்றைய நவீன சூழ்நிலைகளுக்குக் கச்சிதமாகப் பொருந்திப்போவது எப்பேர்ப்பட்ட ஆச்சர்யம்!

போருக்குப் புறப்படுமுன் ஒரு வீரர் (அல்லது தளபதி, அல்லது படைத்தலைவர், அல்லது மஹாராஜா, ... இங்கே எல்லாம் நீங்கள்தானே!) யோசித்துக்கொள்ளவேண்டிய அந்த ஐந்து விதிமுறைகள்:

- ★ நம்பிக்கை
- ★ நண்பர்கள்
- ★ நேரம்
- ★ களம்
- ★ திட்டம்

1. நம்பிக்கை:

ஒரு விஷயத்தை மனமே இல்லாமல் கடமைக்குச் செய்வது ஒரு விதம். இதனை இதற்காகத்தான் செய்கிறேன் என்கிற

நம்பிக்கையோடு அதில் ஈடுபடுவது இன்னொரு விதம். இரண்டுக்கும் நிறைய வித்தியாசம் இருக்கிறது!

சந்தேகமிருந்தால் உங்கள் வீட்டில் இருக்கிற குட்டீஸைக் கவனித்துப் பாருங்கள். அவர்கள் ஹோம்வொர்க் செய்யும்போது காட்டும் அக்கறை எப்படி? விளையாடும்போது, அவர்கள் இஷ்டம்போல் படம் வரையும்போது காட்டுகிற அக்கறை எப்படி? இரண்டுக்கும் வித்தியாசம் இருக்கிறதா?

நிச்சயமாக இருக்கும். விளையாடுவதும் படம் வரைவதும் தங்களுக்கு மகிழ்ச்சி தரும் என்று அவர்கள் நம்புகிறார்கள். அதனால் அதில் முழு அர்ப்பணிப்போடு ஈடுபடுகிறார்கள்.

ஹோம்வொர்க் விஷயம் அப்படியில்லை. ஆசிரியரோ, பெற்றோரோ அவர்கள்மீது திணிக்கும் ஓர் 'எக்ஸ்ட்ரா' லக்கேஜாக அவர்கள் அதை நினைக்கும்வரை அதில் முழுமையான ஆர்வம் வராது. அதே மாணவர்கள் படிப்பு தங்களுக்கு முக்கியம், இதைக் கற்றுக்கொள்வது அவசியம், இதனால் தங்கள் எதிர்காலத்துக்கு நன்மை உண்டு என்பதை உணரும்போது அவர்களுடைய உழைப்பும் திறமையும் பலமடங்கு உயர்கிறது.

2. நண்பர்கள்:

ஆங்கிலத்தில் ஒரு பிரபலமான பழமொழி உண்டு. 'தன்னந்ததனியாக நின்று ஜெயித்தவர்கள் என்று யாருமே கிடையாது!'

அப்பா, அம்மா, உறவினர்கள், நண்பர்களுடைய உதவியோ சிபாரிசோ இல்லாமல் முழுக்க முழுக்கச் சொந்தக்காலில் நின்று வெற்றிபெற்றவர்கள் இதை ஏற்க மறுக்கலாம். ஆனால் அவர்களுடைய வெற்றிப் பயணத்திலும்கூட நிச்சயமாகச் சிலர் துணைக்கு வந்திருப்பார்கள். அந்தச் சிலரை நீக்கிவிட்டுப் பார்த்தால் அந்தப் பயணம் எப்படித் திசைமாறியிருக்குமோ, யாருக்குத் தெரியும்?

'உங்களுடைய கூட்டாளிகளைக் கவனமாகத் தேர்ந்தெடுங்கள்' என்கிறது சீன மரபு. 'வழிகாட்டிகள், பயிற்சியாளர்கள், நண்பர்கள், குடும்பத்தினர், அக்கம்பக்கத்தில் உள்ளவர்கள் இப்படி எல்லோருடைய ஆற்றலையும் உங்களுடன் சேர்த்துக்கொண்டால் உங்கள் பலம் பலமடங்காகப் பெருகும். வெற்றிக்கான சாத்தியங்கள் அதிகரிக்கும்.

3. நேரம்

சிலர் ராகுகாலம், நல்லநேரமெல்லாம் பார்க்காமல் எந்த வேலையையும் செய்யமாட்டார்கள். இதற்காகவே முக்கியமான விஷயங்களைக்கூடத் தள்ளிப்போட்டுவிட்டுக் காத்திருப்பவர்கள் உண்டு.

நாம் இங்கே சொல்வது அந்த 'நேரம்' இல்லை. எதை எப்போது செய்தால் ஜெயிக்கும் வாய்ப்பு அதிகரிக்கும் என்று யோசிப்பது!

உதாரணமாக குடை தயாரிப்புத் தொழிலில் இறங்கும் ஒருவர் மழைக்காலத்தில் உற்பத்தியைத் தொடங்கினால் சரிப்படுமா? குடைகள் தயாராகிச் சந்தைக்கு வருவதற்குள் மழைக்காலம் முடிந்துவிடும். மறுபடி அடுத்த மழைக்காலம் வரும்வரை சரக்குகள் விற்பனையாகாமல் தேங்கிக்கிடக்கும். அவ்வளவு காலம் அவருடைய நிறுவனம் தாக்குப்பிடிக்கமுடியுமா?

அதற்குப் பதிலாக அதே நபர் மழைக்காலத்துக்குச் சிலமாதங்கள் முன்பாகவே தனது உற்பத்தியை ஆரம்பித்திருந்தால் சரியான நேரத்தில் சந்தையைப் பிடித்திருக்கலாம். அப்புறம் அந்த லாபத்தை வைத்து அடுத்த பல மாதங்களைச் சமாளித்திருக்கலாம்.

ஆக, நேரம் ரொம்ப முக்கியம். பங்குச்சந்தை ஆர்வலர்களைக் கேளுங்கள். கதை கதையாகச் சொல்வார்கள்!

4. களம்

ஒரு விஷயத்தை எப்போது செய்கிறோம் என்பதைப்போலவே, எங்கே செய்கிறோம் என்பதும் மிக முக்கியமான ஒரு விஷயம்.

உதாரணமாக, நீங்கள் ஒரு பிரமாதமான ஐஸ்க்ரீம் தயாரிப்பாளராக இருக்கலாம். ஆனால் அதற்காக அன்டார்டிகாவில் போய்க் கடை திறந்தால் பெரிய பிரயோஜனம் இல்லை.

அதற்காக சஹாரா பாலைவனத்திலும் ஐஸ்க்ரீம் கடை போடமுடியாது. வாங்குவதற்கு யாரும் வரமாட்டார்கள்.

ஆக, வெப்பம் மிக அதிகமாகவும் இருக்கக்கூடாது, அதற்காக ரொம்பக் குறைவாகவும் இருந்துவிடக்கூடாது. இவை இரண்டுக்கும் நடுவே ஓர் இடத்தைத் தேர்ந்தெடுத்தால்தான் நம் ஐஸ்க்ரீம் ஸ்டாலில் விற்பனை சிறக்கும். இல்லையா?

இந்த விஷயம் ஐஸ்க்ரீமுக்குமட்டுமில்லை எல்லா முயற்சிகளுக்கும் பொருந்தும். சரியான களத்தைத் தேர்ந்தெடுத்துக்கொண்டாலே வெற்றியில் பாதியைச் சம்பாதித்துவிட்டதாக அர்த்தம்.

5. திட்டம்

இதுவரை நாம் பார்த்த நான்கு விஷயங்களும் மிகப் பொருத்தமாக அமைந்துவிட்டால்கூட, இறுதி வெற்றிக்கு யாரும் உத்திரவாதம் தரமுடியாது. சரியான திட்டம்மட்டும் இல்லாவிட்டால் எப்பேர்ப்பட்ட தொடக்கமும் படுமோசமான பாதாளத்தில் சென்று விழக்கூடும்.

ஒருவர் பரம்பரைப் பணக்காரராக இருப்பார். ஏழெட்டுத் தலைமுறைகளுக்கு உட்கார்ந்து சாப்பிடலாம் என்கிற அளவுக்குச் சொத்து இருக்கும். ஆனால் சில வருடங்களுக்குள் அத்தனையும் காணாமல் போய்விடும். வாடகை வீட்டில் உட்கார்ந்துகொண்டு வேலைக்கு விண்ணப்பம் போட்டுக்கொண்டிருப்பார். திட்டம் இல்லாமல் இஷ்டத்துக்குச் செயல்படுவதன் விளைவு இது.

இப்போது நீங்கள் ஒரு தொழில் செய்ய விரும்புகிறீர்கள். வங்கிக்குச் சென்று கடன் கேட்கிறீர்கள். அவர்கள் உடனடியாகக் கேட்கும் முதல் கேள்வி, 'உங்களுடைய பிஸினஸ் திட்டத்தைக் காட்டுங்கள்!'

அதாவது, நீங்கள் எப்பேர்ப்பட்ட திறமைசாலியாக, கடின உழைப்பாளியாக இருந்தாலும் பரவாயில்லை, உங்களிடம் நல்ல பிஸினஸ் வாய்ப்பு, கையில் பணத்தோடு காத்திருக்கும் வாடிக்கையாளர்களெல்லாம் இருக்கலாம், ஆனால் இவை எல்லாவற்றையும்விட முக்கியம், இவற்றை வைத்துக்கொண்டு நீங்கள் என்ன செய்யப்போகிறீர்கள் அதை எப்படிச் செய்யப்போகிறீர்கள்? இவற்றைச் சரிவரப் புரிந்துகொள்ளாமல் வேகமாகக் களத்தில் இறங்கிப் பிரயோஜனம் இல்லை!

சுருக்கமாகச் சொல்வதென்றால், நம்முடைய நோக்கம் சரியானது என்கிற நம்பிக்கை, கூட்டாளிகளின் உதவி, பொருத்தமான நேரம், சரியான களம், இவற்றை நன்கு பயன்படுத்திக்கொள்ளக்கூடிய திட்டம், இந்த அஞ்சு தந்திரங்களும் கைவசம் இருந்துவிட்டால் தினசரிப் போரில் நீங்கள்தான் மஹாராஜா!

19. அட்சயபாத்திரம்

இரண்டு ஒரேமாதிரியான சம்பவங்கள், ஆனால் இந்தியாவின் இரு வெவ்வேறு மூலைகளில், சுமார் பத்தாண்டுகள் இடைவெளியில் நிகழ்ந்தவை. இந்த இரண்டு நிகழ்வுகளும், இப்போதும் தேசத்தின் கல்வி மேம்பாட்டில் மிக முக்கியமான பங்காற்றிக்கொண்டிருக்கின்றன.

சம்பவம் - 1:

அறுபதுகளின் சின்னக் கிராமம் ஒன்று. மாட்டு வண்டிதவிர வேறு எந்த வாகனத்தையும் அறியாத கரடுமுரடுச் சாலை.

இப்போது, அந்தப் பாதையில் ஒரு கார் சென்றுகொண்டிருந்தது. அதுவும் சாதாரண கார் இல்லை, முதலமைச்சரின் கார்.

அந்த முதலமைச்சருக்குக் கிராமங்களின்மீது ஆர்வம் அதிகம். அங்கே வாழும் மக்கள் எப்படி இருக்கிறார்கள், தன்னுடைய அரசாங்கம் செய்திருக்கிற நல்ல விஷயங்கள் அவர்களைச் சென்று சேர்கிறதா, இன்னும் என்னென்ன செய்தால் அவர்களுக்குப் பயன்படும் என்றெல்லாம் தெரிந்துகொள்ள மிகவும் விரும்பினார். இதற்காகத் தமிழகம்முழுக்கச் சுற்றிவந்தார்.

பல எளிய மனிதர்களை நேரடியாகச் சந்தித்து அவர்களுடைய வாழ்க்கையைப்பற்றிக் கேட்டு, பார்த்துத் தெரிந்துகொண்டார்.

இப்படி அவர் சேரன்மாதேவி அருகில் உள்ள ஒரு சின்னக் கிராமத்துக்குச் சென்றிருந்தபோது, அங்கே வயலில் ஆடு மேய்க்கிற சிறுவன் ஒருவனைப் பார்த்தார், 'இந்தப் பையனுக்குப் பள்ளிக்கூடம் போகிற வயசில்லையா? ஏன் இப்படி ஆடு மேய்ச்சுக்கிட்டிருக்கான்? காரை நிறுத்துங்க. விசாரிப்போம்!'

முதல்வர் இறங்கினார். அந்த ஆட்டுக்காரச் சிறுவன் அவரை லேசாக நிமிர்ந்து பார்த்தான். அப்புறம் பழையபடி தன்னுடைய வேலையில் மும்முரமாகிவிட்டான்.

நல்லவேளையாக, அந்த முதல்வருக்குக் கோபம் வரவில்லை. அவனிடம் அன்பாகப் பேச ஆரம்பித்தார், 'தம்பி, படிக்கவேண்டிய வயசில நீ ஏன்ப்பா ஆடு மேய்ச்சுக்கிட்டிருக்கே? பள்ளிக்கூடத்துக்குப்போய் நாலு எழுத்து வாசிச்சுத் தெரிஞ்சுக்கலாம்ல?'

'எங்க ஊர்ல ஏது பள்ளிக்கூடம்?' முரட்டுத்தனமாகப் பதில் வந்தது.

முதலமைச்சர் சிரித்தார், 'சரி, நான் உனக்குப் பள்ளிக்கூடம் கட்டித்தர்றேன், அப்ப நீ படிக்கப் போவியா?'

இப்போது அந்தப் பையன் நிதானமாக யோசித்தான், 'நான் படிக்கப் போயிட்டா பொழப்புக்கு என்ன வழி? எனக்கு யாரு சோறு போடுவாங்க?'

நியாயம்தானே? பள்ளிக்கூடத்துக்குப் படிக்க வருகிற பையன்கள் பட்டினியோடு இருந்தால் அவர்களுக்கு எப்படிப் பாடத்தில் கவனம் ஏறும்?

'சரி தம்பி, உனக்கு ஸ்கூல்லயே சாப்பாடு போட்டுப் பாடமும் சொல்லித்தர்றாங்கன்னு வை, அப்ப நீ ஆடு மேய்க்கிறதை விட்டுட்டுப் படிக்கறதுக்குப் போவியா?'

இப்போது அந்தச் சிறுவன் முகத்தில் பிரகாசம். அதைப் பார்த்த முதல்வருக்கும் மகிழ்ச்சி!

மறுநாள், முதலமைச்சர் சென்னை திரும்பினார். தனது கல்வித்துறைத் தலைவர், அதிகாரிகளை அழைத்தார், இலவச மதிய உணவுத் திட்டத்துக்கு விதை ஊன்றப்பட்டது.

அந்த முதலமைச்சர், காமராஜர். படிப்பின்மீது ஆர்வம் இல்லாதவர்கள்கூட ஒருவேளைச் சாப்பாட்டுக்காகப் பள்ளிக்கு வருவார்கள் என்கிற அவருடைய யோசனை பிரமாதமான வெற்றி பெற்றது. அதுவரை ஏழைமை காரணமாகத் தங்களுடைய பிள்ளைகளைச் சின்ன வயதிலேயே வேலைக்கு அனுப்பிக்கொண்டிருந்தவர்கள்கூட, இப்போது அவர்களைப் பள்ளிக்கு விரட்ட ஆரம்பித்தார்கள்.

சம்பவம் - 2:

எழுபதுகளின் சின்னக் கிராமம் ஒன்று. கொல்கத்தா அருகில் உள்ள மாயாபூர். அங்கே ஒரு துறவி முகாம் இட்டிருந்தார்.

ஒருநாள், அவர் எதேச்சையாக ஜன்னல் வழியே வேடிக்கை பார்த்தபோது, சில சிறுவர்கள் விளையாடிக்கொண்டிருந்தார்கள். அவர் மகிழ்ச்சியாக அவர்களைக் கவனிக்கத் தொடங்கினார்.

சில நிமிடங்கள் கழித்துதான் அவருக்கு விவரம் புரிந்தது. அவர்கள் விளையாடவில்லை, சண்டையிட்டுக்கொண்டிருக் கிறார்கள். குப்பைத் தொட்டியில் வீசப்பட்டிருக்கும் எச்சில் இலைகள் யாருக்குச் சொந்தம் என்கிற சண்டை.

இதில் சிறுவர்கள்மட்டுமில்லை, சில தெரு நாய்களும் கலந்துகொண்டன. அவற்றோடு போராடிப் பெற்ற சொற்ப உணவை அவர்கள் அள்ளி அள்ளித் தின்பதை வேதனையோடு பார்த்தார் பிரபுபாதா என்ற அந்தத் துறவி.

பல வருடங்களுக்கு முன்னால் காமராஜருக்குத் தோன்றிய அதே சிந்தனைதான் இவருக்கும். 'பசியோடு இருக்கும் இந்தச்

சிறுவர்களுக்கு நல்ல உணவு தருவது கடவுள் சேவைக்குச் சமம்!'

அடுத்த சில ஆண்டுகளில், அவருடைய இந்த யோசனைக்குச் செயல் வடிவம் கிடைத்தது. அவர் தோற்றுவித்திருந்த 'இஸ்கான்' அமைப்பின் சார்பில் பெங்களூரு சுற்றுவட்டாரங்களில் இருக்கும் ஐந்து பள்ளிகளில் 1500 மாணவர்களுக்குத் தரமான இலவச மதிய உணவு வழங்கப்பட்டது.

இந்தியா போன்ற ஓர் ஏழை நாட்டில் வளர்கிற சிறுவர்களுக்கு 'மதிய உணவு' என்பது வெறும் பசி தீர்க்கிற சமாசாரம்மட்டும் இல்லை. அது ஒரு பெரிய கல்விப் புரட்சிக்கும், சமூக மாற்றத்துக்கும் வழிவகுக்கக்கூடிய சக்தி வாய்ந்த ஆயுதம்.

உதாரணமாக, 2000ம் ஆண்டு ஸ்வாமி பிரபுபாதாவின் 'இஸ்கான்' அமைப்பினர் 'அட்சயபாத்ரா' என்ற பெயரில் இந்த இலவச மதிய உணவுத் திட்டத்தைத் தொடங்கியபோது, இந்தியாவில் படிப்பைப் பாதியில் நிறுத்தும் மாணவர்களின் எண்ணிக்கை கணிசமாக இருந்தது. பெரும்பாலான ஏழைக் குடும்பங்கள் பிள்ளைகளைப் பள்ளிக்கு அனுப்புவதை ஒரு முக்கியமான விஷயமாகவே கருதவில்லை. பையனாக இருந்தால் வேலைக்குப் போய்ச் சம்பாதிக்கட்டும், பெண்ணாக இருந்தால் வீட்டில் கிடந்து சமையல் கற்றுக்கொள்ளட்டும், படித்து என்ன ஆகப்போகிறது?

இந்தச் சூழ்நிலையில், இலவச மதிய உணவு என்கிற கவர்ச்சி அவர்களைத் தொடர்ந்து பள்ளிக்குச் செல்லவைத்தது. 'குறைந்தபட்சம் குழந்தைகளின் ஒரு வேளைச் சாப்பாட்டைப் பற்றியாவது நாம் கவலைப்படவேண்டியதில்லை' என்று நிம்மதிப் பெருமூச்சு விட்ட பெற்றோர் தங்களையும் அறியாமல் பிள்ளைகளின் எதிர்காலத்தை ஒரு சில படிகளேனும் முன்னேற்றிக்கொண்டிருந்தார்கள்.

இதனால், 'அட்சயபாத்ரா' திட்டம் இயங்கத் தொடங்கிய பள்ளிகளில் மாணவர்கள் பாதியில் படிப்பை நிறுத்துவது

குறைந்தது. இருக்கும் மாணவர்களும் போஷாக்கான உணவினால் சுறுசுறுப்பாகப் படித்தார்கள், தன்னம்பிக்கையோடு வளையவந்தார்கள், சராசரி மதிப்பெண்கள், தேர்ச்சி விகிதம் என எல்லாமே அதிகரித்தது.

இதைக் கவனித்த அக்கம்பக்கத்துப் பள்ளிகள் ‘அட்சயபாத்ரா’ நிர்வாகிகளை அணுகினார்கள். ‘எங்கள் பள்ளியிலும் உங்களுடைய இலவச மதிய உணவுத் திட்டத்தை அறிமுகப்படுத்தமுடியுமா?’

அவர்கள் எல்லோருடைய கோரிக்கைகளையும் நிறைவேற்ற ‘அட்சய பாத்ரா’ அமைப்பினருக்கு விருப்பம்தான். ஆனால், அவர்கள் அப்போது அரசாங்க உதவி எதையும் பெறாமல் தனிப்பட்டமுறையில் சேகரித்த நன்கொடைகளைமட்டும் வைத்து இந்தத் திட்டத்தை நிறைவேற்றிவந்தார்கள். ஆகவே, செம டைட் பட்ஜெட். ஒரு குறிப்பிட்ட எண்ணிக்கையிலான பள்ளிகளுக்குமட்டுமே அவர்களால் உதவ முடிந்தது.

கிட்டத்தட்ட இதே காலகட்டத்தில்தான் பெங்களூரு இந்தியாவின் தகவல் தொழில்நுட்பத் தலைநகரமாக வளர்ந்துகொண்டிருந்தது. ஏராளமான இந்திய, பன்னாட்டு நிறுவனங்கள் இங்கே கடை திறந்தன. ஆயிரக்கணக்கான புதிய முகங்கள் பெங்களூரில் குடியேறின. இவர்கள் எல்லோரும் சராசரி இந்தியர்களைவிட அதிகமாகவே சம்பாதித்துக்கொண்டிருந்தார்கள்.

‘அட்சய பாத்ரா’ அமைப்பு இந்த அபூர்வமான வாய்ப்பைப் பயன்படுத்திக்கொள்ளத் தீர்மானித்தது. ‘வருடத்துக்கு ஒருமுறை ஒரு சிறிய தொகையைச் செலுத்தி இரண்டு பள்ளி மாணவர்களுக்குத் தினசரி மதிய உணவு அளியுங்கள்’ என்கிற கோரிக்கையுடன் இந்தக் கார்ப்பரேட் நிறுவனங்களையும் அங்கே பணிபுரிகிறவர்களையும் அணுகினார்கள். இந்த முயற்சிக்கு நல்ல பலன் கிடைத்தது.

இன்னொருபக்கம், வழக்கமான வழிகளிலும் நன்கொடை திரட்டப்பட்டது. இன்றைக்கும் பெங்களூரில் உள்ள

இஸ்கான் அமைப்பின் புகழ் பெற்ற கிருஷ்ணர் ஆலயத்துக்கு வருகிறவர்களிடம் 'அட்சய பாத்ரா'பற்றி விளக்கிச் சொல்லி உதவி கோரிப் பெறுகிறார்கள். அரசாங்க அமைப்புகளின் ஆதரவும் பெறப்படுகிறது.

இப்படிப் பல வழிகளில் கொஞ்சம் கொஞ்சமாக அட்சய பாத்திரத்தின் அளவும் தரமும் மேம்பட்டது. ஆரம்பத்தில் சில ஆயிரம் மாணவர்களுக்குமட்டும் உதவிக்கொண்டிருந்தவர்கள் இப்போது லட்சக்கணக்கான பிள்ளைகளுக்குத் தினசரி மதிய உணவு அளிக்கத் தொடங்கினார்கள்.

தற்போது கர்நாடகா, ஆந்திரா, ஒரிஸ்ஸா, சட்டிஸ்கர், அஸ்ஸாம், உத்திரப் பிரதேசம், ராஜஸ்தான் மற்றும் குஜராத் ஆகிய எட்டு மாநிலங்களைச் சேர்ந்த சுமார் 8000 பள்ளிகளில் இயங்கிவரும் 'அட்சய பாத்ரா' அமைப்பு தினந்தோறும் கிட்டத்தட்ட பன்னிரண்டு லட்சத்துக்கும் மேற்பட்ட மாணவர்களுக்குத் தரமான, இலவச மதிய உணவைச் சுடச்சுட அளித்துவருகிறது. இந்த விஷயத்தில் பல அரசாங்க அமைப்புகளுக்கே இவர்கள் முன்னோடிகளாகத் திகழ்கிறார்கள்.

நம் வீட்டில் ஒரேயடியாகப் பத்துப் பேருக்குச் சமைத்துப் பரிமாறுவதற்கே களைப்பாகிவிடுகிறது. 'அட்சய பாத்ரா'மட்டும் பல லட்சம் மாணவர்களுக்காகச் சமையல் செய்து, அந்த உணவை அவர்களுடைய பள்ளிகளுக்கே எடுத்துச் சென்று சூட்டோடும் சுவையோடும் பரிமாறுகிறார்கள் என்றால், எப்படிச் சாத்தியம்?

இதற்காக, 'அட்சய பாத்ரா'வின் சமையலறைகள் பல அதிநவீன தொழில்நுட்பங்களைப் பயன்படுத்துகின்றன. ஓர் ஐந்து நட்சத்திர ஹோட்டலின் கிச்சனைவிட ஒரு படி மேலான சுத்தத்தையும் தரத்தையும் கொண்ட இவற்றுக்கு ஐ.எஸ்.ஓ. தரச் சான்றிதழ் வழங்கப்பட்டிருக்கிறது என்றால் பார்த்துக்கொள்ளுங்கள்!

'அட்சய பாத்ரா'வின் பிரம்மாண்டச் சமையலறைகளில் ஒரே நேரத்தில் லட்சத்துக்கும் மேற்பட்ட மாணவர்களுக்குச்

சமைக்கமுடியும். பெரும்பாலும் மனிதக் கைகளே படவேண்டிய அவசியம் இல்லை, சகலமும் இயந்திரங்கள்தான்.

ஆகவே, இங்கே சமைக்கப்படும் மெனுவும் மிகச் சிம்பிளானதுதான்: சுடச்சுட சாதம், அல்லது சப்பாத்தி, அல்லது இரண்டும், கூடவே பொரியல், சாம்பார் மற்றும் தயிர்.

இந்த எளிமையான உணவைப் பெரிய அளவில் சுத்தமான முறையில் தயார் செய்து பள்ளிகளுக்குக் கொண்டு சென்று பரிமாறுவதுதான் மிகப் பெரிய சவால். இதற்கென்று வடிவமைக்கப்பட்ட பெரிய இயந்திரங்கள், விசேஷப் பாத்திரங்கள், சாப்பாட்டைப் பள்ளிகளுக்கு எடுத்துச் செல்கிற வாகனங்கள், அவற்றைப் பாதுகாக்கும் ஏற்பாடுகள், காய்கறி வாங்குதல், அரிசி வாங்குதல், அதில் கல் பொறுக்குதல், பாத்திரங்களைச் சுத்தப்படுத்துதல் என எல்லாமே பிரம்மாண்டம்தான். சகலமும் ஒரு கார்ப்பரேட் நிறுவனத்தைப்போலப் பக்காவாகத் திட்டமிட்டு நடத்தப்படுகிறது.

'அட்சய பாத்ரா'வுக்குத் தொடர்ந்து குவிந்து வருகிற நன்கொடைகள், கார்ப்பரேட் ஸ்பான்ஸர்ஷிப்கள், பிற உதவிகளால்தான் இது சாத்தியமாகிறது. வரும் 2020ம் ஆண்டுக்குள் அரைக் கோடி மாணவர்களுக்குத் தொடர்ந்து இலவச மதிய உணவு வழங்கவேண்டும் என்பதுதான் இவர்களுடைய இப்போதைய இலக்கு.

அரைக் கோடி என்பது நமக்குப் பெரிய விஷயமாகத் தோன்றலாம். ஆனால் உண்மை இன்னும் கொடுமையானது. இன்றைய இந்தியாவில் சுமார் ஒன்றே கால் கோடிப் பிள்ளைகள் படிப்பை நிறுத்திவிட்டு வேலைக்குத் துரத்தப்படுகிறார்கள் என்கிறது உலக வங்கி. இவர்களில் பாதிப் பேரையாவது காப்பாற்றிப் பள்ளிக்குத் தொடர்ந்து அனுப்பவேண்டும் என்பதே 'அட்சய பாத்ரா'வின் நோக்கம்.

'அட்சய பாத்ரா' போன்ற தனியார் அமைப்புகளால் அரைக் கோடி மாணவர்களுக்கு இலவச மதிய உணவு வழங்கமுடியும்

என்றால், அது நமக்கு ஒரு மிக முக்கியமான சேதியைச் சொல்கிறது. இந்த விஷயத்தில் மத்திய, மாநில அரசாங்கங்களும் மற்ற சமூக அமைப்புகளும் சேர்ந்து தேர் இழுத்தால், அரை வயிற்றுக் கஞ்சிக்காகப் பையன்களும் பெண்களும் வேலைக்குப் போவதைத் தடுத்து நிறுத்திவிடலாம், இந்தியாவில் நூறு சதவிகிதக் கல்வி சாத்தியம்தானோ?

20. அதுவரை பொறு மனமே!

சமீபத்தில் ஒரு ரயில் பயணத்தின்போது, எங்கள் அலுவலகத்தில் பணிபுரியும் இளைஞர் ஒருவரை எதேச்சையாகச் சந்தித்தேன். ‘ஹாய்’ சொல்லி நலம் விசாரித்தேன்.

அவர் எப்போதும் உற்சாகமாக வளையவருகிற பேர்வழி, சாஃப்ட்வேர் எழுத உட்கார்ந்துவிட்டால் சச்சின் டெண்டுல்கர் ரேஞ்சுக்கு வேகமும் கச்சிதமும் காட்டுவார், பிரமாதமான திறமைசாலி.

ஆனால் அன்றைக்கு, அவர் பேச்சில் ஏதோ ஒரு விரக்தி தொனிப்பது எனக்குப் புரிந்தது. ‘என்னாச்சு? ஏன் ஒருமாதிரியா இருக்கீங்க?’ என்று கொஞ்சம் தோண்ட முயன்றேன்.

ஆரம்பத்தில் பேசத் தயங்கிய அவர், விரைவில் தன்னுடைய மன வருத்தங்களைக் கொட்டிவிட்டார், ‘நான் சொல்ற நல்ல ஐடியாஸையெல்லாம் என்னோட மேனேஜர் கண்டுக்கமாட்டேங்கறார் சார். ரொம்பக் கஷ்டமா இருக்கு!’

‘அடடா!’ என்று நான் அவரது வேதனையில் கொஞ்சம் பங்கேற்றேன், அவர் குறிப்பிடும் அந்த யோசனைகளைப் பற்றிக் கேட்டுத் தெரிந்துகொண்டேன்.

நிஜமாகவே, அவை நல்ல யோசனைகள்தாம். ஆனால் அவருடைய மேனேஜர் இதைப் பார்த்தும் பார்க்காமலும் இருக்கிறார் என்றால் என்ன காரணம்?

'இந்த ஐடியாஸையெல்லாம் நீங்க அவர்கிட்ட சொல்லி எவ்ளோ நாள் இருக்கும்?'

'நாலஞ்சு நாள் ஆச்சுங்க' என்றார் அவர் ஆதங்கமாக. 'இதுவரைக்கும் ஒரு பதிலும் இல்லை!'

எனக்குச் சிரிப்புதான் வந்தது. 'நீங்க சொல்லியிருக்கிற ஐடியாக்கள் ஒவ்வொண்ணும் ரொம்பப் பெருசுங்க, அதைப்பத்தி யோசிச்சு ஒரு தீர்மானத்துக்கு வர்றதுக்குப் பத்துப் பதினஞ்சு நாளாவது ஆகாதா? நடுவுல அவருக்கு வேற வேலை எதுவும் இருக்காதா? நீங்க ஏன் அப்படி யோசிக்கக்கூடாது?'

'அதெல்லாம் இல்லைங்க, பார்த்தவுடனே பளிச்சுன்னு உடனே க்ளிக் ஆனாதான் அது நல்ல ஐடியா' என்றார் அவர். 'தள்ளிப்போட்டா அப்புறம் அதுக்கு என்னிக்கும் விடிவு வராது!'

'நீங்க நினைக்கறது தப்பு. சாஃப்ட்வேர்லமட்டுமில்லை, நிஜ வாழ்க்கையிலும்கூட, உங்க ஐடியாவுக்குச் சரியான நேரம் வரும்வரைக்கும், நீங்க அடைகாக்கதான் வேணும். நாலு நாள் இல்லை, நாலு வாரம், நாலு மாசம், நாலு வருஷம், ஏன் நாப்பது வருஷம்கூட காத்திருக்கலாம், தப்பில்லை!'

'நாப்பது வருஷமா? நிஜமாவா சொல்றீங்க?'

'ஆமாம்!' என்றேன் நான். அவருக்குக் 'கொரில்லா கண்ணாடி'யின் கதையைச் சொல்ல ஆரம்பித்தேன்.

கிட்டத்தட்ட ஐம்பது வருடங்களுக்குமுன்னால் ஒருநாள், நியூ யார்க் நகரத்தைச் சேர்ந்த 'கார்னிங்' என்ற கண்ணாடித் தயாரிப்பு நிறுவனம் ஒரு புதுமையான ஆராய்ச்சியில் ஈடுபட்டிருந்தது. அதற்கு 'ப்ராஜெக்ட் மஸில்' என்று ரகசியப் பெயர் சூட்டியிருந்தார்கள்.

'மஸில்' என்றால், சிக்ஸ் பேக்மாதிரி உடம்பில் பலம் ஏற்றிக்கொள்வது, அதுபோல, தாங்கள் தயாரிக்கும் கண்ணாடியின் வலிமையை அதிகப்படுத்தவேண்டும் என்பது அவர்களுடைய திட்டம்.

அப்போது தயாரிக்கப்பட்ட கண்ணாடிகள் அனைத்தும், எளிதில் உடையக்கூடியவையாக இருந்தன. கொஞ்சம் அசட்டையாக இருந்தால் போதும், பாட்டிலோ, ஜன்னலோ தூள் தூளாகிவிடும்.

இதனால், கார்னிங் நிறுவனம் எளிதில் உடையாத ஒரு வலுவான கண்ணாடியைத் தயாரிக்க விரும்பியது. அதற்கான தீவிர ஆராய்ச்சிகளில் இறங்கியது.

கொஞ்ச நாள் கழித்து, அவர்களுடைய ஆராய்ச்சிக்கு வெற்றி. மெலிதான, ஆனால் அதேசமயம் எளிதில் உடையாத, நல்ல பாரம் தாங்கக்கூடிய ஒரு கண்ணாடியை அவர்கள் கண்டுபிடித்துவிட்டார்கள்.

உற்சாகமான கார்னிங் நிறுவனம் மார்க்கெட்டிங் வேலைகளைத் தொடங்கியது. இந்த வலுவான கண்ணாடி யாருக்கெல்லாம் பயன்படும் என்று ஒரு பட்டியல் போட்டார்கள். அவர்களையெல்லாம் நேரில் சென்று பார்த்துத் தங்களுடைய புதிய தயாரிப்பின் பெருமைகளை விளக்கத் தொடங்கினார்கள்.

ஆனால், கார்னிங் விஞ்ஞானிகள், அதிகாரிகளுக்குப் புரிந்த இந்த விஷயம், அவர்களுடைய கஸ்டமர்களுக்குப் புரியவில்லை. 'இந்தக் கண்ணாடியால பெரிசா ஒண்ணும் பிரயோஜனம் இருக்கறமாதிரி தெரியலையே!' என்று உதட்டைப் பிதுக்கினார்கள்.

இப்படி ஒன்று, இரண்டு அல்ல, பல நூறு இடங்களில் அந்தப் புதுமையான கண்ணாடி நிராகரிக்கப்பட்டது. பெரும்பாலான வாடிக்கையாளர்கள் 'எங்களுக்குப் பழைய கண்ணாடியே போதும்' என்று சொல்லிவிட்டார்கள்.

கார்னிங் நிறுவனம் நொந்துபோனது. அங்கிருந்த பலர் 'இத்தனை ஆராய்ச்சியும் வேஸ்ட்' என்று முடிவுகட்டிவிட்டார்கள். அந்த வலுவான கண்ணாடிகளைப் பொட்டலம் கட்டி ஒரு மூலையில் தூக்கிப் போட்டுவிட்டு வழக்கமான மற்ற கண்ணாடிகளைத் தயாரிக்கத் தொடங்கினார்கள்.

இத்தனையும் நடந்தது, 1960களில். அதன்பிறகு, எழுபதுகள், எண்பதுகள், தொண்ணூறுகள் முடிந்து புத்தாயிரமும் பிறந்துவிட்டது. அந்தக் கண்ணாடிகளைத் தயாரித்த தலைமுறைக்குப்பின் இன்னும் இரண்டு தலைமுறைகள் வந்துவிட்டன. பெரும்பாலானோர் அந்தப் புதுமையான கண்டுபிடிப்பை மறந்தே போய்விட்டார்கள்.

ஆனால் கார்னிங்குக்குள் சிலர்மட்டும், அந்தக் கண்ணாடியை இன்னும் ஞாபகத்தில் வைத்திருந்தார்கள். ஏதேனும் ஒருவிதத்தில் அதனை மறுபடி வெளியில் எடுத்துப் பயன்படுத்தமுடியாதா என்று ஏங்கினார்கள். எத்தனையோ தோல்விகள், ஏமாற்றங்களுக்குப்பிறகும், அதற்கான முயற்சிகளைத் தொடர்ந்தார்கள்.

அப்போது, தொலைதொடர்புத்துறையில் சில பெரிய மாற்றங்கள் நிகழ்ந்தன. அதுவரை வெறும் மொபைல் தொலைபேசிகளாகமட்டுமே இருந்த செல்ஃபோன்கள், இப்போது ஒரு கம்ப்யூட்டருக்கு இணையான கூடுதல் செயல்திறன், வசதிகளுடன் 'ஸ்மார்ட்ஃபோன்' என்ற பெயரில் புது அவதாரம் எடுத்தன.

இதனால், செல்ஃபோன் தயாரிப்பு நிறுவனங்கள் தங்களுடைய படைப்புகளை முன்பைவிட வலுவாகவும் அழகாகவும் கவர்ச்சிகரமாகவும் மாற்றும் முயற்சியில் இறங்கினார்கள். இந்தத் துறை சார்ந்த ஆராய்ச்சிகள் அதிவேகமாக முடுக்கிவிடப்பட்டன, நாளுக்குநாள் புதுப்புது அம்சங்கள் அறிமுகப்படுத்தப்பட்டன.

கார்னிங் நிறுவனம் இதைக் கவனித்தது. சட்டென்று அவர்களுக்குத் தங்களுடைய ஸ்பெஷல் கண்ணாடியின் ஞாபகம் வந்தது. அதை இந்த ஸ்மார்ட்ஃபோன்களில்

பயன்படுத்தமுடியுமா என்கிற ஆராய்ச்சியில் இறங்கினார்கள். அந்த ப்ராஜெக்டுக்கு 'கொரில்லா' என்று பெயர் சூட்டினார்கள்.

இதுதொடர்பாக அவர்கள் பல செல்ஃபோன் நிறுவனங்களைச் சந்தித்துப் பேசிக்கொண்டிருந்த நேரம். மேகின்டோஷ் கம்ப்யூட்டர், ஐபாட் போன்றவற்றுக்காகப் புகழ் பெற்றிருந்த நிறுவனம் ஒரு மொபைல் ஃபோனைத் தயாரிக்கும் முயற்சியில் இருந்தது. மற்ற ஃபோன்களில் இல்லாத, பயனுள்ள பல அம்சங்களைத் தேடித் தேடி அறிமுகப்படுத்தியது.

இப்படி அவர்கள் தயாரித்த செல்ஃபோனுக்கு 'ஐஃபோன்' என்று பெயர் சூட்டினார்கள். அதனை விற்பனைக்குக் கொண்டுவருவதற்குமுன் பலவிதமாகப் பரிசோதித்துப்பார்த்தார்கள்.

பொதுவாக ஆண்கள் எல்லாரும் செல்ஃபோனை பான்ட் பாக்கெட்டில்தான் போடுவார்கள், அதோடு கூடவே, வீட்டுச் சாவி, அலுவலகச் சாவி அல்லது கார் சாவியும் கிடக்கும்.

ஐஃபோனில் ஒரு பெரிய பிரச்னை, இந்தச் சாவிகள் அதன் கண்ணாடிப் பகுதியில் கீறல்களை உருவாக்கின. இது ஐஃபோன் விஞ்ஞானிகளுக்குப் பிடிக்கவில்லை. எளிதில் கீறல் விழாத, வலுவான கண்ணாடி எங்கேயாவது கிடைக்குமா என்று தேடத் தொடங்கினார்கள்.

அப்போதுதான், அவர்களுக்குக் 'கார்னிங்' நிறுவனத்தைப்பற்றித் தெரியவந்தது. 'அவங்ககிட்ட ஒரு சூப்பர் ஸ்ட்ராங் கண்ணாடி இருக்கு!'

உடனடியாக, கார்னிங் நிறுவனத்தை அழைத்தது ஐஃபோன். 'உங்க கண்ணாடியை லட்சக்கணக்குல தயாரிச்சுத் தரமுடியுமா?' என்று கேட்டார்கள்.

கார்னிங்கிற்குத் திகைப்பு. 'ஐம்பது வருஷமா ஒரு பய சீண்டாத கண்ணாடி, ஆனா இன்னிக்கு திடுதிப்புன்னு பெரிய லெவல்ல ஆர்டர் குவியுது, இதென்ன கூத்து!'

அதேசமயம், அரை நூற்றாண்டாக அவர்கள் தங்களுடைய தயாரிப்பில் நம்பிக்கை இழக்காததால், இப்படி ஒரு திடீர் வெற்றிக்குத் தயாராகவே இருந்தார்கள். உடனடியாக, புதிய இயந்திரங்கள் அமைக்கப்பட்டன. ஐஃபோன் கேட்டபடி மிக மெலிதான, ஆனால் செம வலுவான கண்ணாடிகள் தயாரிக்கப்பட்டன. அவை ஐஃபோனில் பொருத்தப்பட்டன.

இந்தப் புதிய ஐஃபோனில், கீறல் விழவில்லை, அது கீழே விழுந்தால்கூடச் சுலபத்தில் உடையாது, ஃபோனின் ஒட்டுமொத்த தடிமனும் குறைவு. மக்கள் ஆசையாக அதனை வாங்கிப் பயன்படுத்தினார்கள்.

உடனடியாக, மற்ற ஃபோன் தயாரிப்பாளர்களும் கார்னிங்கை மொய்த்தார்கள், ‘எங்களுக்கும் இதே கண்ணாடியைத் தயாரிச்சுத் தரமுடியுமா?’

இன்றைக்கு, ‘கொரில்லா க்ளாஸ்’ எனப்படும் கார்னிங்கின் இந்தக் கண்ணாடி இல்லாத ஸ்மார்ட் ஃபோன்களே இல்லை என்று சொல்லிவிடலாம், இன்னும் லாப்டாப்கள், டாப்லட் கம்ப்யூட்டர்கள், டிவிகள் என்று பல எலக்ட்ரானிக் பொருள்களில் இந்தக் கண்ணாடி பயன்படுத்தப்படுகிறது. அதைக் கொண்டு கோடிக்கணக்கில் சம்பாதித்துக்கொண்டிருக்கிறது கார்னிங்.

அறுபதுகளில் இந்தத் தொழில்நுட்பம் முதன்முறையாக உருவாக்கப்பட்டபோது, அதை யாரும் விரும்பவில்லை, பொருட்படுத்தவில்லை, வாங்கவில்லை. காரணம், அது யாருக்கும் தேவைப்படவில்லை. அந்தப் புது யோசனைக்கான நேரம் இன்னும் வரவில்லை.

அரை நூற்றாண்டு கழித்து, இன்றைக்கு அதே கண்ணாடி சூப்பர் டூப்பர் ஹிட். இப்போதுதான் அதற்கான தேவை பிறந்திருக்கிறது. ஆகவே, ஒரு பழைய யோசனை புதிய வெற்றி கண்டிருக்கிறது. காரணம், கார்னிங் நிறுவனம் அதைக் கிடப்பில் போடாமல் தொடர்ந்து ஏதோ ஒருவிதத்தில் திரும்பத் திரும்ப முயற்சி செய்துகொண்டே இருந்ததுதான்.

அவசர யுகம் இது. புதிதாக எதையாவது யோசிக்கிறவர்கள் அது மறுநாளே ஏற்றுக்கொள்ளப்பட்டு அடுத்த வாரமே தயாரிக்கப்பட்டு உடனடியாகக் கோடிகளைக் கொட்டவேண்டும் என்று எதிர்பார்க்கிறார்கள். அதன்படி நடக்காதபோது பெரும் ஏமாற்றம் அடைகிறார்கள். மனத்தளவில் துவண்டுபோய்விடுகிறார்கள்.

உண்மையில், நல்ல யோசனைகள் அனைத்தும் 'கொரில்லா க்ளாஸ்'போல அவற்றுக்கான தேவை வரும்வரை திரும்பத் திரும்பப் பலமுறை மெருகேற்றப்படவேண்டும். அதற்குள் நம்பிக்கை இழந்துவிடக்கூடாது.

சுருக்கமாகச் சொல்வதென்றால், நமக்கு எத்தனை திறமைகள் இருந்தாலும் போதாது, கூடவே நிறையப் பொறுமையையும் விடாமுயற்சியையும் வளர்த்துக்கொள்வது அவசியம்!

21. பிஸ்கட்டாக இருங்கள்

உங்களுக்கு இட்லி பிடிக்குமா? பிஸ்கட் பிடிக்குமா?

'இரண்டுமே பிடிக்கும்' என்கிறீர்களா? வாஸ்தவம்தான். இட்லி வேறு சுவை. பிஸ்கட் வேறு சுவை. ஆனால் இவை இரண்டுக்கும் அடிப்படையில் ஒரு முக்கியமான வித்தியாசம் உண்டு.

இப்போது உங்கள் வீட்டில் இட்லி செய்கிறீர்கள். ஒரே மாவுதான், ஒரே பாத்திரம்தான், ஒரே குக்கர்தான். ஆனால் எல்லா இட்லிகளும் ஒரேமாதிரி இருப்பதில்லை. சிலது சின்னதாக, சிலது பெரியதாக, சிலது முழுதாக, சிலது உடைந்து, சிலது குழைந்து, சிலது உதிர்ந்து... ஒவ்வொன்றும் ஒவ்வொரு வகை.

ஆனால் பிஸ்கட் விஷயம் அப்படியில்லை. ஒரு பாக்கெட் பிஸ்கட்டைப் பிரித்துத் தட்டில் கொட்டினால் ஒன்றுக்கொன்று வித்தியாசம் சொல்லவேமுடியாது. எல்லாம் பார்ப்பதற்கு அச்சு அசல் ஒரேமாதிரியாக இருக்கின்றன. இல்லையா?

இட்லியில் இல்லாத 'ஒற்றுமை' பிஸ்கட்டில்மட்டும் எப்படி வருகிறது? என்ன காரணம்?

நாம்தான் காரணம். இட்லியை ஊற்றுவதும் வேகவைப்பதும் நீங்களும் நானும், அதாவது மனிதர்கள். ஆனால் பிஸ்கட்டைச் செய்வது இயந்திரங்கள். நம்மால் முடியாத 'ஒழுங்கு' இயந்திரங்களுக்குச் சாத்தியப்படுகிறது.

இட்லியில்மட்டுமில்லை, அநேகமாக மனிதர்கள் செய்யும் எல்லா விஷயங்களுமே தொடர்ந்து ஒரேமாதிரியாக இருப்பதில்லை. ஏதாவது சின்னச் சின்ன மாற்றங்கள், ஏற்றத்தாழ்வுகள் தென்படுகின்றன. அதுதான் இயற்கை.

இதனால், இன்றைக்கு ஒரு வேலையை ஒழுங்காகச் செய்யும் நாம் நாளைக்கு அதே வேலையை அதேமாதிரி சிறப்பாகச் செய்வோம் என்று நிச்சயமாகச் சொல்வதற்கில்லை. ஏதாவது பிசிறுபட்டுவிடும், ஒழுங்கு குறைந்துவிடும், 'முன்னமாதிரி இல்லையே' என்று சலித்துக்கொள்வோம். நேரம் வீணாகும், நல்ல பெயர் கெடும், நிம்மதி போகும்!

உதாரணமாக, வீட்டைப் பெருக்கித் துடைத்துச் சுத்தப்படுத்துகிற ஒரு வேலையை எடுத்துக்கொள்வோம். உங்களுடைய 'சுத்த'ப் பிரியத்தைப் பொறுத்து இந்த வேலையை வாரம் ஒரு முறையோ, இரண்டு முறையோ, நான்கு முறையோ, ஏழு முறையோ செய்கிறீர்கள். இப்படி நீங்கள் சுத்தம் செய்கிற ஒவ்வொருமுறையும் பிஸ்கட்மாதிரி கச்சிதமாக எந்தக் குறையும் இல்லாமல் அந்த வேலையைச் செய்துமுடிக்கமுடிந்தால் எப்படி இருக்கும்!

விஷயம் புரிகிறதில்லையா? இட்லியை வெவ்வேறுவிதமாக ஊற்றுவது பெரிய பிரச்னை இல்லை, வடிவம் மாறினாலும் வாய்க்குள் போய்விடும், ஆனால் நம்முடைய தினசரி வேலைகளை (வீட்டிலோ அலுவலகத்திலோ) தொடர்ந்து சிறப்பாகச் செய்வது முக்கியம், அவசியம், ஒருவிதத்தில் கட்டாயமும்கூட.

அதேசமயம் அந்த வேலைகளைத் திரும்பத் திரும்ப செக்குமாடுபோல ஒரேமாதிரி செய்துகொண்டிருப்பதும்

தவறு. முன்னேற்றம் வேண்டும். நேற்று அரை மணி நேரத்தில் செய்த வேலையை இன்று இருபத்தைந்து நிமிடத்தில் செய்யப் பழகவேண்டும், முன்பைவிட நன்றாகவும் புதுமையாகவும் செய்யத் தெரியவேண்டும். இல்லாவிட்டால் மெஷினுக்கும் நமக்கும் என்ன வித்தியாசம்?

மேலாண்மை நிபுணர்கள் பலர் இதைப்பற்றி யோசித்தார்கள். அலுவலக வேலைகளைத் தொடர்ந்து சிறப்பாகச் செய்யவும் முன்னேற்றம் காணவும் ஒரு நல்ல தந்திரத்தைக் கண்டுபிடித்தார்கள், அதன் பெயர் '*PDCA*', நாம் தமிழில் செல்லமாக 'பிடிசியே' என்று அழைக்கலாம்.

அதென்ன *PDCA*? நான்கு ஆங்கில வார்த்தைகளின் முதல் எழுத்துகளுடைய சுருக்கம்தான் இது:

P = Plan

D = Do

C = Check

A = Act

அலுவலகங்களிலும் தொழிற்சாலைகளிலும் செயல்திறன் மேம்பாட்டுக்காக உருவாக்கப்பட்ட இந்தப் 'பிடிசியே' தந்திரம் உலகம்முழுக்கப் பல நாடுகளில் பல லட்சம் பேரால் பயன்படுத்தப்படுகிறது. கோடிக்கணக்கில் பணத்தை மிச்சப்படுத்தி உதவுகிறது.

ஆச்சர்யமான விஷயம் இதே 'பிடிசியே' தந்திரம் நமது வீடுகளிலும்கூடப் பயன்படும். இதன் அடிப்படையைமட்டும் புரிந்துகொண்டுவிட்டால் குடும்பத் தலைவிகள், மாணவர்கள், சிறுதொழில் அதிபர்கள், வீட்டிலிருந்தே ஓய்வு நேரத்தில் வேலை செய்கிறவர்கள் என யார் வேண்டுமானாலும் இதனை எளிதாகப் பயன்படுத்தி வெற்றி பெறலாம்.

உதாரணமாக, நீங்கள் அடிக்கடி ஊருக்குப் போகிறீர்கள் என்று

வைத்துக்கொள்வோம். அந்தப் பயணங்களின்போது டிக்கெட் புக் செய்வதில் ஆரம்பித்துப் பெட்டி படுக்கைகளைக் கட்டுவது, கால் டாக்ஸியை அழைப்பது, ரயிலுக்கோ பஸ்ஸுக்கோ விமானத்துக்கோ நேரத்தில் சென்று சேர்வது என ஏகப்பட்ட விஷயங்கள் உண்டு. இவற்றை எந்தப் பிசிறும் இல்லாமல் ‘பிடிசியே’ முறைப்படி தொடர்ந்து சிறப்பாகச் செய்வது எப்படி என்று இப்போது பார்க்கலாம்.

முதலில், *P*, அதாவது *Plan*, திட்டமிடுதல்.

எந்த வேலையையும் எடுத்தேன், கவிழ்த்தேன் என்று செய்வது மற்றவர்களுக்குச் சரிப்படலாம், உங்களைமாதிரி ‘பிடிசியே’ நிபுணர்களுக்கு அது ஆகாது. பயணம் என்று வந்தவுடன் எங்கே போகவேண்டும், எதில் போகவேண்டும், எப்போது போகவேண்டும், எங்கே தங்கவேண்டும், எத்தனை நாள் தங்கவேண்டும், என்னென்ன செய்யவேண்டும், உள்ளூர்ப் பயணங்களுக்கு ஆட்டோவா, டாக்ஸியா, ஏஸி காரா, சாப்பாடு எங்கே, இந்தப் பயணத்துக்குக் குத்துமதிப்பாக என்ன செலவாகும், இதற்காக யாரெல்லாம் பள்ளி / கல்லூரி / ஆஃபீசுக்கு லீவ் போடவேண்டும் என்று சகலத்தையும் கச்சிதமாகத் திட்டமிட்டுக்கொள்ளுங்கள்.

முக்கியமான விஷயம், திட்டமிடுவது என்றால் வெறுமனே விட்டத்தைப் பார்த்துக்கொண்டு ‘யோசிப்பது’ அல்ல. எல்லாக் கேள்விகளையும் அதற்கான பதில்களையும் உட்கார்ந்து பேசுவது, முடிந்தால் ஒரு காகிதத்தில் எழுதிவைத்துக்கொண்டுவிடுவது. அப்போதுதான் சுலபத்தில் மறக்காது, பின்பற்றுவதும் எளிது.

உதாரணமாக, என் நண்பர் ஒருவர் எப்போது வெளியூர் சென்றாலும் அங்கே தங்கப்போகும் இடத்தின் முகவரி, ஃபோன் நம்பர் இரண்டையும் காகிதத்தில் எழுதிப் பாக்கெட்டில் வைத்துக்கொள்வார். செல்ஃபோனை முழுமையாக சார்ஜ் செய்துகொண்டுதான் கிளம்புவார். அதில் போதுமான பேலன்ஸ் இருக்கிறதா என்று பார்த்துக்கொள்வார். கையில் கொண்டுசெல்லும் பணத்தை இரண்டு மூன்று இடங்களில்

பிரித்து வைப்பார்... இப்படி உங்களுக்கும் ஒரு நல்ல பயணத் திட்டம் நிச்சயமாக இருக்கும், அதை அரைகுறையாகச் செய்யாதீர்கள், முழுமையாகச் செய்யுங்கள், கூடவே சிரமம் பார்க்காமல் அதை ஒழுங்காக எழுதிவைத்துக்கொண்டும் பின்பற்றினால் குழப்பமே வராது, எதுவும் விடுபடாது.

அடுத்து, D, அதாவது Do - நாம் ஏற்கெனவே திட்டமிட்டபடி பயணம் செல்வது. அங்கே முடிந்தவரை சேணம் கட்டிய குதிரைமாதிரி நம்முடைய திட்டத்தை அப்படியே பின்பற்றுவது.

உதாரணமாக, வெளியூர் சென்றதும் நாம் ஒரு குறிப்பிட்ட ஹோட்டலில் தங்குவதாகத் திட்டமிட்டிருக்கிறோம் என்று வைத்துக்கொள்வோம், திடீரென்று ரயில்வே ஸ்டேஷனுக்கு எதிரில் தென்படுகிற ஹோட்டலுக்குள் நுழைந்துவிடக்கூடாது. காரணம், ஏற்கெனவே நம்முடைய பட்ஜெட், தேவைகளையெல்லாம் யோசித்துதான் அந்த இன்னொரு ஹோட்டலைத் தேர்ந்தெடுத்திருக்கிறோம், இப்படி இஷ்டப்படி மாற்றுவது என்றால் ஆரம்பத்தில் திட்டம் போடுவது எதற்கு?

ஒருவேளை, நாம் தேர்ந்தெடுத்த ஹோட்டல் திராபையாக அமைந்துவிட்டால்?

அதற்குதான் மூன்றாவதாக C, அதாவது Check - பரிசோதனை செய்தல் அவசியம். அதாவது, நம்முடைய திட்டத்தின் ஒவ்வொரு படியையும் எடுத்துக்கொண்டு கேள்வி கேட்பது, 'இதை நான் எதற்காகத் திட்டமிட்டேன்? நான் நினைத்தபடி இந்த விஷயம் நடந்ததா? இல்லை எனில் என்ன பிரச்னை? அடுத்தமுறை இதே பிரச்னை வராமல் எப்படித் தவிர்ப்பது?'

உதாரணமாக, நாம் இந்தமுறை திராபை ஹோட்டல் ஒன்றில் மாட்டிக்கொண்டால், அடுத்தமுறை வேறு எங்கேயாவது பயணம் செல்லும்போது கன்னாபின்னா என்று ஏதோ ஒரு ஹோட்டலைத் தேர்வு செய்யமாட்டோம். ஏற்கெனவே நம் நண்பர்கள் அல்லது உறவினர்கள் எங்கேயாவது தங்கிச்

சிபாரிசு செய்த ஒரு நம்பகமான ஹோட்டலுக்குத்தான் செல்வோம், இல்லாவிட்டால் தெரிந்தவர்கள் வீட்டில் தங்கிவிட முடிவெடுப்போம் - இப்படி நம் திட்டத்தில் தேவையான மாற்றங்களைத் தொடர்ந்து செய்வது அவசியம். நாம் ஏற்கெனவே பார்த்ததுபோல் மெஷினையும் மனிதனையும் மாறுபடுத்திக் காட்டுகிற விஷயம் இது.

இந்தப் பரிசோதனையை எப்போது செய்யவேண்டும்? பயணத்தின்போதா, அல்லது பயணத்துக்குப் பிறகா?

அது உங்கள் இஷ்டம். ஆனால் எப்போதாவது நீங்கள் இந்தச் சுயபரிசோதனையைச் செய்தே ஆகவேண்டும். அப்படியில்லாமல் 'இது நான் எழுதின திட்டமாக்கும், இதில் ஒரு வரியைக்கூட மாற்றாமல் அப்படியே பயன்படுத்துவேன்' என்று பிடிவாதம் பிடித்தால் இழப்பு உங்களுக்குத்தான்.

கடைசியாக, 'A', அதாவது Act, நடவடிக்கை எடுத்தல்.

மூன்றாவது 'C'யில் பரிசோதனை செய்து நம் திட்டத்தில் இருக்கக்கூடிய கோளாறுகளை அடையாளம் கண்டோம் அல்லவா? அவற்றை மாற்றுவதற்கான நடவடிக்கைகளை எடுப்பதுதான் இந்த நான்காவது 'A'. இதைத் தொடர்ந்து செய்தால்தான் நம் திட்டம் எப்போதும் புதிதாகவும் தவறுகள் இல்லாததாகவும் இருக்கும்.

சரி. 'பிடிசியே' முடிந்தது. அடுத்து?

உண்மையில் 'பிடிசியே' எப்போதும் முடியாது. அது ஒரு சக்கரம்மாதிரி - *P - D - C - A* முடிந்தவுடன் மறுபடி *P - D - C - A*, அதாவது புதுத் திட்டம் தயாரிப்பது, செயல்படுத்துவது, பரிசோதிப்பது, மாற்றங்கள் செய்வது என்று சக்கரம் உருண்டுகொண்டேதான் இருக்கும். அது என்றைக்கும் நிற்காது, நிற்கவும் கூடாது.

'பிடிசியே' என்கிற பெயர் வேண்டுமானாலும் நமக்குப் புதிதாக இருக்கலாம். ஆனால் உண்மையில் இதை நாம் தினந்தோறும்

வெவ்வேறு விஷயங்களில் பயன்படுத்திக்கொண்டுதான் இருக்கிறோம்.

உதாரணமாக, வீட்டில் ரசம் வைக்கும் ஒரு குடும்பத்தலைவி அதற்காகத் திட்டமிடுகிறார், தேவையான பொருள்களைச் சேகரிக்கிறார், சமைக்கிறார், ருசி பார்க்கிறார், உப்பு, காரம் குறைவு என்றால் சேர்க்கிறார், அதிகம் என்றால் அதைச் சரி செய்கிறார்... இதுதானே 'பிடிசியே'?

இந்தப் 'பிடிசியே'வைப் பயன்படுத்த நீங்கள் அதிகம் படித்திருக்கவேண்டும், பெரிய அலுவலகத்தில் வேலை பார்க்கவேண்டும் என்கிற அவசியம்கூட இல்லை - வயலில் வேலை செய்யும் ஒரு சாதாரண விவசாயி தன்னுடைய நிலத்தின் தன்மைக்கு ஏற்ப ஒரு பயிரைத் தேர்ந்தெடுக்கிறார், விதைக்கிறார், உரம் போடுகிறார், தண்ணீர் ஊற்றுகிறார், பயிரின் வளர்ச்சியைப் பார்க்கிறார், ஏதாவது நோய்கள் தென்பட்டால் மருந்து போட்டு ஒழுங்குபடுத்துகிறார்... அவருக்கு இந்த 'பிடிசியே'வை யார் சொல்லிக்கொடுத்தார்கள்?

ஆக, 'பிடிசியே' நமக்குப் புதிய விஷயமே அல்ல. ஞாபகம் வைத்துக்கொள்வதும் எளிது, பயன்படுத்துவதும் சுலபம், முயற்சி செய்து பாருங்கள், உங்களுடைய செயல்பாடுகளில் மிகப் பெரிய முன்னேற்றங்களைப் பார்ப்பீர்கள்.

22. கேன்டூ

'கேன் டூ' (Can Do) என்றால், ஆங்கிலத்தில் 'செய்ய முடியும்' என்று அர்த்தம். அதையே, 'CANDO' என்று சேர்த்து எழுதினால்?

'அப்படி எழுதியவருக்கு இங்க்லீஷ் சரியாகத் தெரியவில்லை என்று அர்த்தம்' எனக் கிண்டலடிக்காதீர்கள், ஏனெனில், 'CANDO' என்ற பெயருக்குப் பின்னே, ஒரு சுவாரஸ்யமான விளக்கம் ஒளிந்துகிடக்கிறது.

நமக்கு மிக நன்றாகத் தெரிந்த ஐந்து எளிய சொற்களின் முதல் எழுத்துகளைக் கோர்த்து அமைக்கப்பட்ட இந்தச் சுருக்கத்தை உருவாக்கியவர், அமெரிக்காவில் 'கார்'ப் புரட்சிக்கு வித்திட்ட ஹென்றி ஃபோர்ட் (Henry Ford). உலகப் பிரபலமான அவருடைய முதலாவது மோட்டார்த் தொழிற்சாலையில் பயன்படுத்தப்பட்ட மந்திர வார்த்தை இது.

C-A-N-D-O என்பதற்கு ஹென்றி ஃபோர்ட் அளித்த விளக்கம்:

C - Cleanup
A - Arranging
N - Neatness

D - Discipline
O - Ongoing Improvement

சென்ற நூற்றாண்டில், அநேகமாக உலகின் எல்லா தேசங்களும் முக்கிய கவனம் கொடுத்துச் செயல்படுத்திய ஒரு விஷயம், தொழிற்புரட்சி. அது ஒன்றுதான், நாட்டின் முன்னேற்றத்துக்கு அடிப்படை என்பதைச் சீக்கிரமாகவோ, தாமதமாகவோ எல்லோரும் புரிந்துகொண்டு, அதே முனைப்போடு சுறுசுறுப்பாகச் செயல்படத் தொடங்கியிருந்தார்கள்.

அப்போது இவர்கள் அனைவருடைய மனதிலும், அதிக உற்பத்தி என்கிற ஒரே விஷயம்தான் தங்கியிருந்தது. அதைமட்டும் எப்படியாவது அடைந்துவிடமுடியுமானால், மற்ற எல்லா விஷயங்களையும் இரண்டாம் பட்சமாகத் தள்ளிவிடலாம் என்பதுதான் பெரும்பாலான தொழிலதிபர்களின் எண்ணமாக இருந்தது.

அதாவது, ஒரு பென்சில் தொழிற்சாலையில், தினந்தோறும் பத்தாயிரம் பென்சில்கள் தயாராகிறது என்று வைத்துக்கொள்வோம், அந்தப் பத்தாயிரத்தை எப்படிப் பதினைந்தாயிரமாக மாற்றுவது என்பதில்தான் எல்லோருடைய கவனமும் இருந்தது.

உற்பத்தியை அதிகரிப்பது என்பது நல்ல விஷயம்தான். ஆனால், அதற்காக எதைத்தான் தியாகம் செய்வது என்று ஓர் அளவு வேண்டாமா?

இங்கேதான் பிரச்னை தொடங்கியது. தொழிலாளர்களை மனிதர்களாகக்கூட நினைக்காமல் கசக்கிப் பிழிந்து கடைசிச் சொட்டு உழைப்புவரை உறிஞ்சியெடுத்துவிடுகிறார்கள் முதலாளிகள் என்று சர்ச்சைகள் எழுந்தன, தொழிலாளர்களுடைய உரிமைகளை உறுதி செய்வதற்கான கூட்டமைப்புகள் / யூனியன்கள், 'எட்டு மணி நேர வேலை' கோரிக்கைகளெல்லாம் தோன்றியது இந்தக் காலகட்டத்தில்தான்.

தொழிலாளர்களுக்காவது, இப்படிப் போராடித் தங்களுடைய

உரிமைகளைப் பெறுகிற வாய்ப்பு இருந்தது, ஆனால், அவர்கள் தினந்தோறும் பணிபுரிந்துகொண்டிருந்த அந்தத் தொழிற்சாலைகளுக்கு?

ஏதாவது செய்து உற்பத்தியை அதிகரித்துவிடவேண்டும் என்று போராடிக்கொண்டிருந்த முதலாளிகளும், அவர்களுடைய கட்டளைகளுக்குப் பணிந்து நடக்கவேண்டியிருந்த தொழிலாளிகளும், மற்ற எல்லா விஷயங்களையும் அலட்சியமாக நினைக்கத் தொடங்கியிருந்தார்கள்.

இதன்விளைவாக, தொழிற்சாலைகளில் நடைபெறும் பெரும்பாலான பணிகளில் ஒழுங்கு குறைந்தது, இயந்திரங்களைச் சுற்றி உலோகக் குப்பைகளும், ஆயில் கசிவுகளும் சேர்ந்து அழுக்காவதைக் கண்டுகொள்ளவோ, பயன்படுத்திய கருவிகள், உபகரணங்களை உரிய இடத்தில் வைக்கவோ யாருக்கும் ஆர்வமோ, நேரமோ இல்லாமல் போனது.

இதெல்லாம் பெரிய விஷயமா என்று அலட்சியமாக நினைக்கக்கூடாது, அவசியமான நேரத்தில் ஒரு ஸ்பானரைச் சட்டென்று கண்டுபிடிக்கமுடியாமல் பதினைந்து நிமிடம் வேலை நின்றுபோகிறது, அல்லது கசிந்து குட்டையாகியிருக்கும் எண்ணெயில் ஒரு தொழிலாளி வழுக்கி விழுந்து, ஆறு மாதங்களுக்கு எழுந்திருக்கமுடியாமல் முடங்கிப்போகிறார்.

இதுபோல் நேரடியாகவும் மறைமுகமாகவும் பல ஆபத்துகள் காத்திருப்பதால்தான், ‘கேன்டூ’ முறைப்படி நமது பணியிடத்தைச் சுத்தமாக வைத்துக்கொள்ளவேண்டும் என்று வலியுறுத்தினார் ஹென்றி ஃபோர்ட்.

சுலபமான இந்தக் ‘கேன்டூ’ சூத்திரங்களைத் தொழிற்சாலைகளுக்கு மட்டுமின்றி, நமது வீடு அல்லது அலுவலகத்தை ஒழுங்குக்குக் கொண்டுவருவதற்குக்கூட பயன்படுத்தலாம்.

உதாரணமாக, நம்முடைய சமையலறை ஒழுங்கற்றுக் கிடக்கிறது, எப்படியோ உள்ளே நுழைந்து சமையல் செய்து முடித்துவிடுகிறோம், என்றாலும், இதை நமது கட்டுப்பாடுக்குள்

கொண்டுவரமுடியாதா என்று ஓர் ஏக்கம் உள்ளே இருக்கும். ஆகவே, ‘கேன்டூ’வை இங்கே செயல்படுத்திப் பார்க்கத் தீர்மானிக்கிறோம்.

★ *C - Cleanup* - தூய்மை - அடுப்பு, பாத்திரங்களில் தொடங்கி, சமையல் மேடை, அலமாரி என்று எல்லாவற்றையும் ’பளிச்’சென்று மின்னும்விதத்தில் சுத்தப்படுத்தவேண்டும். இதை தினந்தோறும் தொடர்ந்து செய்யவேண்டும், சுத்தமான பணியிடம், அதாவது சுத்தமான சமையலறை நமக்குப் பெருமை தருகிற விஷயம் என மனப்பூர்வமாக நம்பவேண்டும்.

★ *A - Arranging* - வகைப்படுத்துதல் - பாத்திரங்களை அவற்றின் அளவு, அல்லது உபயோகம், அல்லது பயன்படுத்தும் விதத்தின்படி ஒழுங்காக அடுக்கிவைக்கவேண்டும். உதாரணமாக, சிறிய பாத்திரங்களை ஓர் அலமாரியில் வைக்கலாம், ஸ்பூன்கள், முள் கரண்டிகளை ஒரு குவளையில் போட்டுவைக்கலாம், கைப்பிடி உள்ள கரண்டிகளைச் சுவர் ஆணிகளில் தொங்கவிடலாம் - இப்படி, உங்களுக்குப் பொருத்தமான விதிகளை நீங்களே அமைத்துக்கொள்ளலாம். எதைத் தேடினாலும், அதிக நேரம் வீணாகாமல் சட்டென்று கிடைக்கவேண்டும். அதுதான் முக்கியம்!

★ *N - Neatness* - ஒழுங்கு - எல்லாப் பொருள்களையும் அடுக்கிவைப்பதில் ஒரு மானசீக ஒழுங்கைப் பின்பற்றவேண்டும். அதாவது, எந்த அடிப்படையில் எதை எங்கே வைக்கிறோம் என்பது உங்களுக்குத் தெரிந்திருக்கவேண்டும், இல்லாவிட்டால், ஒவ்வொரு பொருளும் வெவ்வேறு மூலையில் கிடக்கும். இதற்குச் சிறந்த உதாரணம், நமது அஞ்சறைப்பெட்டி, கடுகு, சீரகம், மிளகு என்று மசாலாப் பொருள்கள் எதுவானாலும், அங்கே கிடைக்கும் என்று நமக்குத் தெரிந்திருப்பதால், இதுபோன்ற சின்னச் சின்ன பொருள்களைத் தேடுகிற நேரம் குறைகிறது. இதேபோல், நமது சமையலறை மொத்தத்தையும் ஒரு ’மெகா’

அஞ்சறைப்பெட்டிபோல் மனதுக்குள் ஓர் ஒழுங்கோடு பதித்துக்கொண்டுவிடச் சொல்வதுதான் இந்த *'N'eatness.*

★ *D - Discipline - ஒழுக்கம் - இதுவரை கற்றுக்கொண்ட மூன்று விஷயங்களையும் (சுத்தப்படுத்துவது, வகைப்படுத்துவது, ஒழுங்குபடுத்துவது), யாருடைய கட்டளைக்கோ பணிந்து செய்கிறோம் என்கிற எண்ணத்தோடு அணுகாமல், தினசரி வாழ்க்கையின் பகுதிகளாகவே அவற்றை நினைத்துக்கொண்டு, தவறாமல் பின்பற்றவேண்டும், மனத்தளவில், அழுக்கான, சரியான ஒழுங்கில்லாத சமையலறைக்குள் என்னால் சமையல் செய்யமுடியாது என்கிற அசூயை வரவேண்டும், அப்போதுதான் இந்த விதிகளை ஒழுங்காகப் பின்பற்றுவோம்.*

★ *O - Ongoing Improvement - தொடர்ந்து முன்னேற்றுவது - கடைசியாக, இந்த வழிமுறைகள் எவையும் மிகச் சரியானவை, நிரந்தரமானவை கிடையாது, ஒவ்வொன்றிலும் சில குறைகள் இருக்கலாம், அவற்றைத் தவிர்த்து, இதனை மேலும் சிறப்பாகச் செய்வது எப்படி என்கிற யோசனை எப்போதும் உள்ளுக்குள் ஓடிக்கொண்டே இருக்கவேண்டும்.*

ஹென்றி ஃபோர்ட் தனது தொழிற்சாலைகளுக்குச் சிபாரிசு செய்த 'கேன்டூ' தத்துவங்களை, இதுபோல் நாம் எந்தப் பணிச் சூழலுக்கும் பயன்படுத்திப் பலனடையமுடியும். பல விஷயங்களில் நேரம் மிச்சமாவதில் தொடங்கி, நமக்கே நமது பணிச் சூழலின்மீது தோன்றுகிற பெருமித உணர்வுவரை, 'கேன்டூ'வின் பலன்கள் ஏராளம்.

பேசியது போதும், செயலில் இறங்குவோமா? *Can (We) Do It?*

23. கார்பே டீயெம்!

'**கா**ர்பே டீயெம்!' *(Carpe Diem)* என்பது, ஒரு பிரபலமான லத்தீன் மொழி வாசகம்.

ஏதோ வீராவேசமான போராட்ட கோஷம்போல் உச்சரிக்கச் சுகமாக ஜம்மென்றுதான் இருக்கிறது. ஆனால், இதன் அர்த்தம் என்ன?

'Sieze the moment', அதாவது இந்த விநாடியைக் கைப்பற்றிக்கொள், சந்தோஷமாக வாழ்ந்துகொள் என்பதுதான் இந்த வாசகத்தின் நேரடிப் பொருள். 'கோல்கேட் ஜெல்' விளம்பரத்தில் வருவதுபோல், 'வாழ்க்கை வாழ்வதற்கே' என்பது இதன் உள்ளர்த்தம்.

முன்பு எப்போதோ தங்களுக்கு நேர்ந்த சோகங்களை, தோல்விகளை, சரிவுகளையெல்லாம் நினைத்துக்கொண்டு, எந்நேரமும் கவலையோடு உட்கார்ந்திருக்கிறவர்களைத் தட்டியெழுப்பி, 'அதையெல்லாம் மறந்துவிடுங்கள், இந்த விநாடியை உற்சாகமாக அனுபவியுங்கள்' என்று ஜாலியாக அறிவுரை சொல்கிறது 'கார்பே டீயெம்'.

ஹொராஸ் என்ற லத்தீன் கவிஞர் எழுதிய ஒரு பழைய கவிதையிலிருந்து எடுக்கப்பட்ட இந்த வாசகம், நவீன இலக்கியம்,

இசை, திரைப்படங்கள் எனப் பலவற்றிலும் இடம்பெற்று பல தலைமுறைகளை உற்சாகமூட்டியிருக்கிறது.

மனித வாழ்க்கை மிகக் குறுகியது. ஆகவே, நடந்தவை, நடக்கக் கூடியவைகளைப்பற்றியெல்லாம் யோசித்துக்கொண்டிருக்காமல், இன்றைய பொழுதை நல்லபடியாக வாழவேண்டும் என்று சொல்லும் இந்தத் தத்துவத்தை, மிக இளம் வயதிலிருந்தே குழந்தைகளின் மனத்தில் பதித்தால், அவர்கள் தோல்விகளால் துவண்டுபோகாத மனிதர்களாக வளர்வார்கள் என்கிறது ஒரு புதிய சிந்தனை.

இந்தச் சிந்தனையின் அடிப்படையில், சிங்கப்பூரில் பல சிறார் பள்ளிகள் தொடங்கப்பட்டிருக்கின்றன. 'கார்பே டீயெம் பள்ளிகள்' என்றே அழைக்கப்படும் இவற்றில், குழந்தைகள் அவர்களின் வயதுக்கேற்ற பல்வேறு விஷயங்களைக் கற்பதுடன், வாழ்க்கையின் ஒவ்வொரு விநாடியையும் அனுபவிக்கிற 'கார்பே டீயெம்!' சந்தோஷத்தையும் பழகிக்கொள்கிறார்கள்.

நான்கு ஆண்டுகளுக்குமுன் தொடங்கப்பட்ட இந்தக் கார்பே டீயெம் பள்ளிகள், *'MI'* எனப்படும் பன்முக அறிவு *(Multiple Intelligence)* அடிப்படையில் தங்களது பாடத்திட்டங்களை அமைத்திருக்கிறார்கள்.

'MI' தத்துவத்தை அறிமுகப்படுத்தியவர், ஹார்வார்ட் பல்கலைக்கழகத்தைச் சேர்ந்த கல்வியாளர் டாக்டர் ஹோவர்ட் கார்ட்னர் *(Dr. Howard Gardner)*. நாம் 'அறிவு' அல்லது 'புத்திசாலித்தனம்' என்று பொதுவாகச் சொல்வதைப் பலவிதமாகப் பிரித்து, மொத்தம் ஏழுவிதமான அறிவுகள் உண்டு என்கிறார் டாக்டர் கார்ட்னர்.

- மொழி அறிவு *(Linguistic)*
- இசை அறிவு *(Musical)*
- கணித / தர்க்க அறிவு *(Mathematical / Logical)*
- காட்சி அறிவு *(Visual)*
- உடலைக் கையாளும் அறிவு *(Bodily / Kinesthetic)*

- அக அறிவு (Intrapersonal)
- புற அறிவு (interpersonal)

மொழி அறிவு என்பது, பேசுகிற, எழுதுகிற வார்த்தைகளைக் குறிக்கிறது. இந்த அறிவை அதிகம் கொண்ட குழந்தைகளால், மற்றவர்கள் பேசுவதை எளிதில் புரிந்துகொள்ளமுடியும், கடினமான வார்த்தைகளைக்கூடச் சட்டென்று பிடித்துக்கொண்டு பேசமுடியும், இலக்கண விதிமுறைகள், கதை, கவிதை, கட்டுரை போன்ற விஷயங்கள் இவர்களுக்குச் சுலபத்தில் வசப்படுகிறது.

இசை அறிவு அதிகமுள்ள பிள்ளைகளுக்கு, பாடல்களைக் கேட்பது, அவற்றின் மெட்டு, பயன்படுத்தப்பட்டிருக்கும் இசைக் கருவிகள், தாளம் போன்றவற்றைக் கவனிப்பதில் அதிக ஆர்வம் இருக்கும். வருங்காலத்தில் இவர்கள் நல்ல பாடகர்களாகவோ, இசைக் கலைஞர்களாகவோ வரக்கூடும்.

கணித / தர்க்க அறிவுதான் நாம் குழந்தைகளிடம் அதிகம் எதிர்பார்ப்பது. இரண்டு எண்களைக் கூட்டி விடை சொல்வதில் தொடங்கி, இது இப்படியானால் அது எப்படியாகும் என்பதுபோன்ற தர்க்கரீதியிலான சிந்தனையெல்லாம், சில குழந்தைகளுக்குப் பிரமாதமாக வரும். பல்வேறு பொருள்களுக்கிடையிலான தொடர்புகளை நினைவில் வைத்திருந்து, சரியான நேரத்தில் பயன்படுத்தி அசத்துவார்கள்.

நம் ஊரில், 'கண் பார்ப்பதைக் கை செய்யும்' என்று ஒரு வாசகம் சொல்வார்கள், அதுதான் இந்த நான்காவது வகையான காட்சி அறிவு. காட்சிப்பூர்வமாகப் பொருள்களைப் பார்த்து, வகைப்படுத்தி அறிவது, தாங்கள் பார்த்ததை அப்படியே திரும்பச் சொல்வது, செய்வது, அல்லது வரைந்து காண்பிப்பது போன்ற திறமைகள் இந்த வகையில் அடங்கும்.

அடுத்த அறிவு, உடலைச் சரியாகப் பயன்படுத்துவதைக் குறிக்கிறது. உதாரணமாக, ஒரு பந்தைக் குழந்தையின்மீது எறிந்தால், சட்டென்று கைகளை நகர்த்தி அதைப் பிடிப்பது.

பொதுவாக எல்லாக் குழந்தைகளுக்கும் இந்த அறிவு உண்டு, எனினும் சிலர் இதில் விற்பன்னர்களாக உருவாவதைப் பார்க்கலாம். இவர்கள் விளையாட்டு, நடனம் போன்றவற்றில் சிறந்து விளங்குவார்கள்.

ஆறாவது, 'அக அறிவு' எனப்படுகிற உள்ளுணர்வுகளைப் புரிந்துகொள்ளும் கலை. அடுத்தவர்களின் குறுக்கீடு இல்லாமல், பல விஷயங்களைப்பற்றித் தங்களுக்குள் சிந்திப்பது, ஒரு முடிவுக்கு வருவது எனத் தொடங்கி தத்துவ அலசல்களில் ஈடுபடுவது, கவிதைகள் எழுதுவது என்று பல்வேறு நுணுக்கமான விஷயங்கள் இந்தப் பிரிவின்கீழ் வருகின்றன.

கடைசியாக, தங்களுடைய செயல்கள் மற்றவர்களை எப்படி பாதிக்கும், அவர்களுடைய உணர்வுகள், எதிர்வினைகள் எப்படி இருக்கும் என்றெல்லாம் சிந்தித்துப் பழகுகிற 'புற அறிவு'. இந்த அறிவைக் கொண்ட குழந்தைகள், பிறருடன் நன்கு பழகுவார்கள், கலந்துரையாடல்கள், விவாதங்களில் ஈடுபடுவார்கள், மற்றவர்களைத் தங்களின் கருத்தை ஏற்கும்படி சமாதானப்படுத்துகிற கலையும் இவர்களுக்கு நன்றாக வரும். பின்னாள்களில் இவர்கள் ஆசிரியர்களாக, நல்ல பெற்றோராக, பலரை வழிநடத்தும் தலைவர்களாக வருகிற வாய்ப்புகள் உண்டு.

இப்படி அறிவை ஏழு வகையாகப் பிரித்து அலசியிருக்கும் டாக்டர் ஹோவர்ட் கார்ட்னர், ஒவ்வொரு மனிதருக்கும் இவற்றுள் எந்த அறிவுகள் அதிகம் இருக்கும், எந்த அறிவுகள் குறைவாக இருக்கும் என்கிற சதவிகிதம் வேறுபடும் என்கிறார்.

வளர்ந்த மனிதர்களுக்கே இப்படியென்றால், சின்னக் குழந்தைகள் எல்லோருக்கும் இந்த அறிவுகள் எல்லாம் நிறைந்திருக்கும் என்று நிச்சயமாகச் சொல்லமுடியாது. ஆகவே, எந்தக் குழந்தைக்கு எந்தவிதமான ஞானம் உள்ளது என்பதை அறிந்து, அதை மேலும் வளர்ப்பதற்கான பயிற்சிகளை வழங்குவதுதான் '*MI*' கல்விமுறை.

பாடம் படிப்பது, பிற மொழிகளைக் கற்றுக்கொள்வது, பாட்டுப் பாடுவது, நடனம் ஆடுவது, தபேலா வாசிப்பது, நீச்சலடிப்பது, ஃபுட்பால் விளையாடுவது என்று எல்லாவற்றையும் நம் குழந்தைகள் செய்தாகவேண்டும் என்று ஒரேயடியாக எதிர்பார்ப்பதைக்காட்டிலும், அவர்களுடைய இயற்கையான திறமை எங்கே என்பதை அறிந்து, அதில் அதிக கவனம் செலுத்துவதால், இந்தக் கல்வி முறைக்கு உலகம்முழுவதும் நல்ல வரவேற்பு இருக்கிறது.

இதுதவிர, மேற்சொன்னவற்றுள் குறிப்பிட்ட ஒரு அறிவு நம் குழந்தைக்குக் குறைவாக இருக்கிறது என்று தெரியவந்தால், அதை மேம்படுத்துவதற்கான விசேஷப் பயிற்சிகளும் நிறைய இருக்கின்றன.

சுருக்கமாகச் சொன்னால், எல்லாக் குழந்தைகளையும் ஒரு வகுப்பில் உட்காரவைத்து, எல்லோருக்கும் ஒரேமாதிரியாகப் பாடம் நடத்துகிற காலமெல்லாம் போய்விட்டது. ஒவ்வொரு குழந்தைக்கும் வெவ்வேறுவிதமான அறிவுகள் இருக்கின்றன, சில அறிவுகள் குறைபடுகின்றன, சிலதை அவர்களால் வேகமாகக் கற்றுக்கொள்ளமுடியும், சிலது மெதுவாகதான் வரும், அல்லது வரவே வராது.

ஆகவே, குழந்தைகளின் தன்மைக்கேற்ப, அவர்கள் கற்கும் பாணி*(Style)*க்கேற்ப பாடத்திட்டங்களை மாற்றியமைத்து, ஒவ்வொரு பிள்ளைக்கும் சிறப்புக் கவனத்துடன் கல்வி புகட்டுவது, இந்த விநாடியை அனுபவித்துக் கற்கும் சந்தோஷத்துக்கு அவர்களைப் பழக்கப்படுத்துவது - இவைதான் நாளைய பள்ளிகளின் அடையாளமாக இருக்கப்போகின்றன!

24. ‘டப்பாவாலா’க்கள்

வேல்ஸ் இளவரசர் சார்லஸ், கமீலாவைத் திருமணம் செய்துகொண்டபோது, அந்தக் கல்யாணத்துக்கு இந்தியாவிலிருந்து இரண்டு பேர் விசேஷமாக அழைக்கப்பட்டிருந்தார்கள்.

அந்த இருவரும், நமது கலாசாரத்தைப் பிரதிபலிக்கும் பரிசுப் பொருள்களோடு இங்கிலாந்து கிளம்பிச் சென்றார்கள். திருமணத்தின்போது, அத்தனை விருந்தினர்களுக்கு மத்தியிலும் இளவரசர் அவர்களைச் சரியாக அடையாளம் கண்டு வரவேற்றார், தன்னுடைய மனைவியை அறிமுகப்படுத்தி வைத்தார். எல்லோர் மத்தியிலும் அவர்களுக்கு ராஜ மரியாதைதான்.

யார் அந்த இரண்டு பேர்? சினிமா நடிகர்களா? தொழிலதிபர்களா? அரசியல்வாதிகளா? விளையாட்டு வீரர்களா? கார்ப்பரேட் சாமியார்களா?

இவர்களில் யாரும் இல்லை. மாதம் வெறும் ஐயாயிரம் ரூபாய் சம்பாதிக்கிற எளிய தொழிலாளர்கள்தான் அவர்கள்!

இளவரசர் சார்லஸ் இந்தியா வந்திருந்தபோது, ‘டப்பாவாலா’க்கள் என்று அழைக்கப்படும் இந்த உழைப்பாளிகளைப்

பார்த்து அசந்துபோய்விட்டார். அதன்பிறகு, இந்தத் தொழிலாளர்கள்மீது தனிப் பிரியம் வளர்த்துக்கொண்ட அவர், தன் திருமணத்தின்போது மறக்காமல் அவர்களுக்கும் சிறப்பு அழைப்பு விடுத்திருந்தார்.

அதன்பிறகுதான், 'டப்பாவாலா'க்கள் உலகப் பிரபலமாகி விட்டார்கள். பல பெரிய நிறுவனங்களின் நிர்வாகிகள், மேலாண்மைப் பெரும்புள்ளிகள் எல்லோரும், இவர்களைப் பார்ப்பதற்காகவே மும்பைக்கு விமான டிக்கெட் எடுத்துக் கொண்டு பறந்துவருகிறார்கள்.

அப்படி என்னதான் செய்கிறார்கள் இந்த டப்பாவாலாக்கள்?

'டப்பா' என்றால், சாப்பாட்டு காரியர். மும்பையின் உழைக்கும் நடுத்தரவர்க்கத்தினர் மற்றும் அதற்குக் கீழே உள்ள ஏழைகள் பலருக்கு, தினசரி மதியம் வீட்டுச் சாப்பாடு இவர்கள் புண்ணியத்தில்தான் சென்று சேர்கிறது.

மிகப் பெரிய நகரமான மும்பையில், ஒரு மூலையில் வசித்துக்கொண்டு, இன்னொரு மூலைக்குச் சென்று வேலை பார்த்துத் திரும்புகிறவர்கள் அதிகம். என்னதான் பேருந்து, ரயில் வசதிகள் இருந்தாலும், அதிகாலையிலேயே இவர்கள் தங்களுடைய பணியிடங்களுக்குக் கிளம்பிவிடவேண்டியிருக்கும்.

அந்த நேரத்தில், காலைச் சாப்பாடு தயார் செய்வதே கஷ்டம். மதிய உணவெல்லாம் சான்ஸே இல்லை. ஆகவே, இருப்பதை வாயில் போட்டுக்கொண்டு கிளம்பி ஓடுவதற்குதான் நேரம் சரியாக இருக்கும்.

இப்படிப் பரபரப்பாக ஓடுகிறவர்கள் பலருக்கு, மதியச் சாப்பாடு பிரச்னையாகிவிடுகிறது. வெளியே ஹோட்டலில் சாப்பிட்டால் கட்டுப்படியாகாது, பெரும்பாலானோருக்கு அது உடம்புக்கும் ஒத்துக்கொள்வதில்லை.

இங்கேதான், டப்பாவாலாக்கள் தங்களுக்கான பிசினஸ் வாய்ப்பைப் பார்த்தார்கள். சட்டென்று புதுமையான ஒரு தொழில் தொடங்கிவிட்டார்கள்.

கூரியரில் தபால் டெலிவரி செய்வதுபோல, டப்பாக்களில் சாப்பாடு டெலிவரி செய்வதுதான் இவர்களுடைய வேலை. இதற்கென்று மும்பை முழுவதும் பிரமாதமான நெட்வொர்க் அமைத்துச் செயல்படுகிறார்கள்.

மும்பையின் ஒவ்வொரு பகுதியிலும், டப்பாவாலாக்கள் இருக்கிறார்கள். இவர்களுக்குப் பிரத்யேகமான வெள்ளை உடை, காந்தி தொப்பிதான் அடையாளம்.

தினந்தோறும் வீட்டில் குக்கர் இறக்கிச் சாப்பாடு தயாரானதும், அதை ஒரு டிஃபன் பாக்ஸில் போட்டு, கதவுக்கு வெளியே வைத்துவிடவேண்டியது. சரியான நேரத்தில் ஒரு டப்பாவாலா வந்து அதைக் கொத்திக்கொண்டு போய்விடுவார்.

இப்படி ஒரு பகுதியில் சேர்கிற எல்லாச் சாப்பாட்டு டப்பாக்களும், பக்கத்தில் உள்ள ரயில் நிலையத்துக்குக் கொண்டு செல்லப்படுகின்றன. அங்கிருந்து எல்லா டப்பாக்களையும் ரயில் வழியே, 'ஹப்' (*Hub*) எனப்படும் இன்னொரு மைய ரயில் நிலையத்துக்குக் கொண்டு சேர்க்கிறார்கள்.

அதன்பிறகுதான், முக்கியமான வேலையே தொடங்குகிறது. மும்பையின் பல பகுதிகளிலிருந்தும் வருகிற டப்பாக்களை வரிசைப்படுத்தி, எது எங்கே சென்று சேரவேண்டும் என்று தனித்தனியே பிரிக்கிறார்கள். இதற்காக விசேஷமான அடையாள எண்கள், வண்ணங்கள் பயன்படுத்தப்படுகின்றன.

இப்படிப் பிரித்த டப்பாக்களை, அந்தந்தப் பகுதிக்குச் செல்லும் ரயில்களில் ஏற்றிவிடுகிறார்கள். உதாரணமாக, தாதர் செல்லவேண்டிய சாப்பாட்டு டப்பாக்கள் அனைத்தும், அடுத்து வருகிற தாதர் ரயிலில் இருக்கும் ஒரு விசேஷப் பெட்டியில் ஏற்றப்படுகின்றன.

அந்த ரயில் தாதர் சென்று சேர்ந்ததும், மீண்டும் டப்பாக்களைப் பிரித்து அடுக்குகிறார்கள். ஒவ்வொரு டப்பாவும், அந்தந்த அலுவலகங்களை நோக்கிப் பயணமாகிறது.

இத்தனை வேலைகளும், சுமார் இரண்டு அல்லது இரண்டரை மணி நேரத்துக்குள் நடந்துமுடிகிறது என்பதுதான் விசேஷம். அதிலும் குறிப்பாக, டப்பாக்களை வகை பிரிப்பது, ரயிலில் ஏற்றுவது, இறக்குவது போன்ற வேலைகளுக்குச் சில விநாடிகளுக்குமேல் எடுத்துக்கொள்வதில்லை. அதற்குமேல் தாமதப்படுத்தினால், சாப்பாடு சரியான நேரத்தில் சென்று சேராது, டப்பாவுக்கு உரியவர் பசியோடு காத்திருக்கவேண்டும், அல்லது சாப்பாடு கெட்டுப்போய் வீணாகிவிடும்.

இந்த ஒற்றை எண்ணம்தான், டப்பாவாலாக்கள் எல்லோரையும் மிகக் கடுமையாக உழைக்கத் தூண்டுகிறது. ஒவ்வொருவரும் தேனீக்களைப்போலச் சுறுசுறுப்பாக வேலை பார்க்கிறார்கள்.

இப்படி ஒருவர், இருவர் அல்ல, தினந்தோறும் கிட்டத்தட்ட இரண்டு லட்சத்துக்கும் மேற்பட்ட மும்பைவாசிகளுக்குச் சாப்பாடு போட்டுக் குழம்பு ஊற்றிக்கொண்டிருக்கிறார்கள் இந்த டப்பாவாலாக்கள்.

இதற்காக இவர்கள் வசூலிக்கும் தொகையும்கூட அதிகமில்லை. மாதத்துக்கு வெறும் இருநூறு ரூபாய் செலவில், தினசரி மதியச் சாப்பாட்டுப் பிரச்னை தீர்ந்துவிடுகிறது என்பதால், அடித்தட்டு மக்கள்கூட டப்பாவாலாக்களின் சேவைகளைப் பயன்படுத்திக்கொள்ளமுடிகிறது.

இப்படி மாதந்தோறும் வசூலாகிற தொகைமுழுவதும், டப்பாவாலாக்களால் அவரவர் உழைப்புக்கேற்ப பிரித்துக் கொள்ளப்படுகிறது. இதன்மூலம் ஒவ்வொரு டப்பாவாலாவுக்கும் சுமார் ஐந்தாயிரம் முதல் ஆறாயிரம் ரூபாய்வரை வருமானம் கிடைக்கிறது.

நூறு வருடங்களுக்குமேலாக வெற்றிகரமாக இயங்கிக் கொண்டிருக்கும் இந்த டப்பாவாலாக்கள், வேலை நிறுத்தம் செய்வதில்லை, ஒரு நாள்கூட தங்களுடைய கடமையிலிருந்து தவறுவதில்லை. யாரோடும் போட்டியிடாமல், யாரையும் துன்புறுத்தாமல் தங்களது எளிய வாழ்க்கையை அமைத்துக்கொண்டிருக்கிற இவர்கள்தான், மும்பையின்

உணவுக் குழாய்களாகச் செயல்பட்டுக்கொண்டிருக்கிறார்கள்.

சாப்பாடு கேரியரைக் கொண்டுபோய்க் கொடுத்துவிட்டுத் திரும்ப வாங்கிவருவது அப்படி என்ன பெரிய பிரம்ம சூத்திரம் என்று சாதாரணமாக நினைத்துவிடாதீர்கள். மும்பை நகரின் பிரம்மாண்டத்தைப்பற்றித் தெரிந்தால், இப்படிக் கேட்கமாட்டீர்கள்.

அத்தனை பெரிய நகரத்தின் ஒவ்வொரு மூலை முடுக்கிலிருந்தும், வேறொரு மூலைக்கு லட்சக்கணக்கான சாப்பாடு டப்பாக்கள் பயணம் செய்தாகவேண்டும். இப்படிக் குறுக்கும் நெடுக்குமாகப் பறக்கிற டப்பாக்களுக்கு நடுவே எந்தக் குழப்பமும் நேர்ந்துவிடக்கூடாது. உங்களுடைய சாப்பாடு எனக்கோ, என்னுடைய டப்பா உங்களுக்கோ தவறுதலாகக் கிடைத்துவிடாதபடி கச்சிதமாகக் கொண்டு சேர்த்தாகவேண்டும். இதை அப்படியே கொஞ்சம் கண்ணைமூடி யோசித்துப்பாருங்கள், தானாக மலைப்பு வரும்.

ஆச்சர்யமான விஷயம், மும்பை முழுவதும் தினசரி இரண்டு லட்சம் பேருக்கு இப்படிச் சாப்பாட்டு டப்பாக்களைச் சென்று சேர்த்துவிட்டு, பின்னர் அவர்களுடைய காலி டப்பாக்களைத் திரும்ப வாங்கி வீட்டில் சேர்க்கும் இந்த டப்பாவாலாக்களின் வேலையில், ஒரு சின்னத் தவறுதல்கூட நேர்வதில்லை. மிஞ்சிப்போனால், மூன்று மாதங்களுக்கு ஒருமுறை, ஒன்று அல்லது இரண்டு டப்பாக்கள் மாறிப்போகலாம். அதுவே மிக அபூர்வம்.

கம்ப்யூட்டர் மயமாகிவிட்ட நிறுவனங்களே நாளுக்கு நூற்றைம்பது தவறு செய்கிற காலம் இது. இந்த நிலைமையில், போதுமான அடிப்படைக் கல்விகூட இல்லாத ஆயிரக்கணக்கான டப்பாவாலாக்கள், தீவிர மேற்பார்வை, இயந்திரங்கள், உதவிக் கருவிகள் என்று எவற்றின் துணையும் இல்லாமல், இப்படி தினந்தோறும் கச்சிதமாக டப்பா டெலிவரி செய்துகொண்டிருக்கிறார்கள் என்பதுதான், உலக அரங்கில் பல புருவங்களை உயர்த்தியிருக்கிறது.

ஏகப்பட்ட பிரபல நிறுவனங்கள், தங்களுடைய சேவை வழிமுறைகளை டப்பாவாலாக்களுடன் ஒப்பிட்டு, அவர்களைப்போல நாமும் சிக்கனமாக, அதிவேகமாக, அதேசமயம் தவறில்லாமல் இயங்குவதற்கு என்ன வழி என்று ஆவலோடு தேடிக்கொண்டிருக்கிறார்கள். பல மேலாண்மைக் கல்லூரிகளில், டப்பாவாலாக்களின் திறமையான நெட்வொர்க், செயல்பாடுகளை விரிவாகப் பாடம் படிக்கத் தொடங்கியிருக்கிறார்கள்.

பிரபல மனிதவள (HR) நிபுணர் ஸ்ரீனிவாஸ் பண்டிட் எழுதி சமீபத்தில் வெளியாகியிருக்கும் 'Dabawalas' புத்தகம் (Tata McGraw-Hill Publishing - ரூ 145/-), மும்பை டப்பாவாலாக்களின் சரித்திரத்தைச் சுவாரஸ்யமாக விவரிக்கிறது. வெறுமனே கதை சொல்வதோடு நிறுத்திக்கொள்ளாமல், டப்பாவாலாக்களிடமிருந்து நாம் கற்றுக்கொள்ளவேண்டிய விஷயங்கள் என்னென்ன என்று கச்சிதமாகப் பட்டியல் போட்டு விவரித்திருக்கிறார் ஸ்ரீனிவாஸ் பண்டிட்.

மும்பைமுழுவதும், சுமார் ஐந்தாயிரம் எளிய தொழிலாளர்களின் கடின உழைப்பால் அமைந்திருக்கும் டப்பாவாலா வலைப் பின்னல், அந்த நகரத்தின் கௌரவச் சின்னங்களில் ஒன்றாகிவிட்டது. திறமை, உழைப்போடு கொஞ்சம் நம்பிக்கையும் நேர்மையும் இணைந்தால், எதையெல்லாம் சாதிக்கமுடியும் என்பதற்கான வாழும் அடையாளம் இந்த டப்பாவாலாக்கள்!

25. தெய்வம் சைக்கிளிலும் வரும்

அந்தப் பெண் பெரிய குழப்பத்தில் இருந்தார்.

என்ன செய்யலாம்? ஒரு முழக் கயிற்றில் தொங்கிவிடலாமா? அல்லது, ஏதாவது விஷச்செடியை அரைத்து விழுங்கலாமா? அல்லது, கண்ணை மூடிக்கொண்டு பாழும்கிணறு ஒன்றில் குதித்துவிடலாமா?

அவருக்குச் செத்துப்போவதுகூடப் பெரிய பிரச்னையாகத் தோன்றவில்லை. குழந்தைகளை நினைத்தால்தான் மிகவும் கவலையாக இருந்தது, 'நான் போய்ட்டா இதுங்க என்ன ஆகும்? பாவம்!'

'பேசாம, பிள்ளைங்களையும் இழுத்துக்கிட்டுக் குதிச்சுடலாமா? அதுதான் சரி!', அவர் தீர்மானமான முடிவுக்கு வந்தபோது, வெளியே சைக்கிள் மணிச்சத்தம் கேட்டது.

'யார் இந்த நேரத்தில வேகாத வெயில்ல சைக்கிள் மிதிக்கறது?', அந்தப் பெண் தற்கொலை முடிவைத் தாற்காலிகமாகத் தள்ளிப்போட்டுவிட்டு வெளியே வந்தார், அங்கே புன்னகையோடு நின்றிருந்தவர் சுரிதார் தரித்த ஓர்

இளம்பெண், 'வணக்கம்மா, நீங்க என்னைப் பார்க்கணும்ன்னு சொன்னீங்களாமே?'

'நானா? இல்லையே!'

'தெருமுனையில உங்கப்பாதான் என்னை அனுப்பிவெச்சார்' என்றபடி சைக்கிளை ஸ்டாண்ட் போட்டு நிறுத்தினார் அவர், 'உள்ளே போய்ப் பேசலாமே!'

தோளில் கனமான ஒரு பையோடு அந்தச் சுரிதார் பெண் வீட்டினுள் நுழைந்தார். இருவரும் ஹாலில் சம்மணம் போட்டு உட்கார்ந்தார்கள், 'சொல்லுங்கம்மா, உங்களுக்கு என்ன பிரச்னை?'

'பி..பி...பிரச்னையா? ஒண்ணுமில்லையே!'

'என்கிட்ட சொல்றதுக்கு என்னம்மா தயக்கம்? எதுவானாலும் பயப்படாம சொல்லுங்க, உங்களுக்கு உதவி செய்ய நாங்க இருக்கோம்! கவலைப்படாதீங்க!'

அந்த வார்த்தைகள் அந்தப் பெண்ணைக் கரைத்துவிட்டன. மனத்தில் இருந்ததையெல்லாம் படபடவென்று வார்த்தைகளாகக் கொட்ட ஆரம்பித்தார்.

முழுக்கக் கேட்டுவிட்டு, அந்தப் பெண் தன்னுடைய பையைத் திறந்தார். உள்ளேயிருந்து ஒரு சிறிய பெட்டியை எடுத்துப் பிரித்தார். அங்கே தொலைக்காட்சித் திரைபோல ஏதோ ஒளிர்ந்தது.

'இதென்ன? டிவி பொட்டியா?'

'இல்லம்மா, இது பேரு லாப்டாப்' என்றார் சுரிதார் பெண். அதில் அவர் படபடவென்று ஏதோ தட்ட, திரையில் கோலி குண்டு சைஸ் வங்காள மொழி எழுத்துகள்.

'உங்களுக்குப் படிக்கத் தெரியுமா?'

'ஓ!'

'அப்படீன்னா, இதைப் படிங்க', அவர் லாப்டாப்பை முன்னே நகர்த்த, இந்தப் பெண் ஆவலுடன் படிக்க ஆரம்பித்தார். ஒவ்வொரு பத்தியாகத் தாண்டத் தாண்ட, அவரது கண்கள் ஆச்சர்யத்தில் விரிந்தன, 'இதெல்லாம் நிஜமா?'

'ஆமாம்மா, இது நம்மைமாதிரி பெண்களைப் பாதுகாக்கறதுக்காக இருக்கிற சட்டம், உங்க புருஷன் நினைச்ச நேரத்தில உங்களைக் கைவிட்டுட்டு ஓடிடமுடியாது, அப்படிச் செஞ்சா அவரைப் பிடிச்சு ஜெயில்ல போடறதுக்கு வழி இருக்கு!'

'இப்ப நான் என்ன செய்யணும்?'

'ஒண்ணும் செய்யவேணாம், பிரச்னையை என்கிட்ட சொல்லிட்டீங்கல்ல? நான் உங்க புருஷன்கிட்ட பேசறேன், அவங்க அப்பா, அம்மாகிட்ட பேசறேன், ஊர்ப் பெரியவங்ககிட்ட பேசறேன், மறுபடி அவங்க உங்களை ஏத்துக்கறதுக்கு வழி பண்றேன், இல்லாட்டி சட்டப்படி அவங்களுக்கு தண்டனை வாங்கிக்கொடுக்கறேன், சரியா?'

அடுத்த இரண்டு நாள்களில், எல்லாப் பிரச்னைகளும் சுமுகமாகத் தீர்க்கப்பட்டன. கட்டிய மனைவியை, குழந்தைகளைக் கைவிட்டு இன்னொரு திருமணம் செய்துகொள்ள நினைத்த அந்தக் கணவன் ஜெயில் சோறு தின்னவேண்டியிருக்குமோ என்கிற பயத்தில் மீண்டும் அவளை ஏற்றுக்கொள்ளச் சம்மதித்தான், முழக்கயிறுக்கும், பாழுங்கிணற்றுக்கும் அவசியமில்லாமல் போனது.

'நீங்க சாதாரணப் பொண்ணு இல்லை, என் கடவுள்!' கைகூப்பினாள் அந்த இளம் மனைவி.

'அதெல்லாம் ஒண்ணுமில்லைம்மா, ஏதோ என்னால முடிஞ்சதைச் செஞ்சேன். அவ்ளோதான்' சைக்கிளில் வந்த சுரிதார் தெய்வம் சிரித்தது, 'நான் இந்த கிராமத்துக்கு தினமும் வர்றேன், நாளைக்கே உங்க புருஷன் உங்களை அடிக்கறார், கொடுமைப்படுத்தறார், மறுபடி தள்ளிவைக்கப்பார்க்கறார்ன்னு தெரிஞ்சா, உடனே என்கிட்ட சொல்லுங்க, உங்களுக்கு உதவ நாங்க இருக்கோம்!'

சைக்கிள் பெண் விடைபெற்றுக்கொண்டு கிளம்பினார். அடுத்த தெருவில் வேறு யாராவது, வேறு ஏதாவது பிரச்னையோடு காத்திருப்பார்கள். அவர்களுக்குக் கைகொடுக்க வேண்டாமா?

உலகிலேயே மிக வறுமையான நாடுகளில் ஒன்று பங்களாதேஷ். அங்குள்ள மக்களில் பாதிக்கும் மேற்பட்டோர் கிராமங்கள், குக்கிராமங்களில் வாழ்கிறார்கள். இவர்களில் பெரும்பாலானோருக்கு எழுதப் படிக்கத் தெரியாது, நீங்களோ நானோ கற்பனையில்கூட நினைக்கமுடியாத ஒரு பழங்கால வாழ்க்கையை அனுபவித்துக்கொண்டிருப்பவர்கள் இவர்கள்.

அப்படிப்பட்ட மக்களின் வாழ்க்கைத்தரத்தை மாற்றவேண்டும் என்கிற முனைப்போடு, பங்களாதேஷில் உள்ள 'டி.நெட்' என்ற சமூக சேவை நிறுவனம் இந்தச் சைக்கிள் தெய்வங்களை அறிமுகப்படுத்தியிருக்கிறது. இதற்கு அவர்கள் சூட்டியுள்ள பெயர் 'இன்ஃபோலேடீஸ்!'

இந்தத் திட்டத்தின்கீழ், தற்போது இருபதுக்கும் மேற்பட்ட பெண்கள் 'இன்ஃபோலேடீ'ஸாகப் பணிபுரிந்துவருகிறார்கள். இவர்கள் ஒவ்வொருவருக்கும் சைக்கிள், இன்டர்நெட் இணைப்போடு கூடிய மொபைல் ஃபோன், லாப்டாப், டிஜிட்டல் கேமெரா உள்ளிட்ட பல சாதனங்களைக் கொடுத்து, அவற்றை எப்படிப் பயன்படுத்துவது என்கிற பயிற்சியும் அளிக்கப்படுகிறது.

அதன்பிறகு, அவர்கள் ஒவ்வொரு கிராமமாகச் சைக்கிள் மிதிக்கிறார்கள். ஒரு நாளைக்குப் பதினைந்துமுதல் இருபது கிராமங்கள்வரை சென்று ஆயிரக்கணக்கான கிராமவாசிகளை நேரில் சந்திக்கிறார்கள், அவர்களுடைய பிரச்னைகளைக் கேட்டு வேண்டிய உதவிகளைச் செய்கிறார்கள்.

உதாரணமாக, ஒரு கர்ப்பிணிப் பெண் தன்னுடைய குழந்தையின் நலனைப் பாதுகாப்பது எப்படி என்று தெரிந்துகொள்ள விரும்பலாம், இன்னொரு பெண் எழுதப் படிக்கக் கற்றுக்கொள்ள நினைக்கலாம், ஒரு சிறுவன் தன்னுடைய வியாதிக்கு மருந்து கேட்கலாம், பெரியவர் ஒருவர் தொலைதூரத்தில் இருக்கும் தன்

மகனிடம் பேச விரும்பலாம், இதற்கெல்லாம் தேவையான சகல உபகரணங்களும் இந்தச் சைக்கிள் பெண்களின் கைப்பையில், லாப்டாப் கம்ப்யூட்டரில் உண்டு.

இதில் விசேஷம் என்னவென்றால், இந்தப் பெண்கள் எங்கோ வானத்திலிருந்து குதித்ததுபோல் நடந்துகொள்வதில்லை. இவர்களில் பெரும்பாலானோர் கிராமவாசிகள் என்பதால், உள்ளூர் மொழியைப் பேசுகிறார்கள், இவர்களுடைய கம்ப்யூட்டர்களில் பதிவாகியுள்ள தகவல்கள்கூடப் பெரும்பாலும் வங்காள மொழியிலேயே உள்ளதால், அதை மக்களுக்குப் புரியும்விதத்தில் எடுத்துச்சொல்கிறார்கள்.

ஒருவேளை, மக்கள் சொல்லும் ஒரு பிரச்னைக்கு அந்தக் கம்ப்யூட்டரில் பதில் இல்லாவிட்டால்?

கவலையே வேண்டாம். அதற்குத்தான் ‘இன்ஃபோலேடீ’ஸின் கையில் செல்பேசியும், இன்டர்நெட்டும் இருக்கிறது!

உதாரணமாக, ஒரு விவசாயி தன்னுடைய வயலில் விளைந்திருக்கும் தக்காளிப்பழத்தைக் காண்பிக்கிறார், ‘போன வாரம்வரைக்கும் நல்லாதாங்க இருந்தது, திடீர்ன்னு ஏதோ வியாதி வந்தமாதிரி எல்லாப் பழமும் சுருங்கிப்போச்சு’ என்று கவலையோடு சொல்கிறார்.

உடனே, அந்த இன்ஃபோலேடி தன்னுடைய டிஜிட்டல் கேமெராவில் அந்தப் பழங்களைப் பல கோணங்களில் புகைப்படம் எடுக்கிறார். அவற்றைக் கம்ப்யூட்டருக்கு மாற்றுகிறார், ஈமெயில்மூலம் தன்னுடைய அலுவலகத்துக்கு அனுப்பிவைக்கிறார்.

அங்கே, இதுமாதிரி விஷயங்களில் நல்ல அனுபவம், அறிவு கொண்ட பலதுறை நிபுணர்கள் இருக்கிறார்கள். அவர்கள் இந்தப் படத்தைப் பார்த்துவிட்டு, உடனே அந்த இன்ஃபோலேடியைச் செல்பேசியில் அழைக்கிறார்கள், ‘இந்த மருந்தை வாங்கித் தெளிக்கச் சொல்லுங்க, எல்லாம் சரியாப்போயிடும்’ என்று வைத்தியம் சொல்கிறார்கள்.

அந்த விவசாயி சொல்லும் நன்றியை வாங்கிப் பையில் போட்டுக்கொண்டு இன்ஃபோலேடி கிளம்புகிறார். அடுத்து, பக்கத்து ஸ்கூலில் அவர் சினிமா காட்டவேண்டும்.

சினிமா என்றால் பாட்டும் கூத்தும் அல்ல. கிராமத்துக் குழந்தைகளுக்கு எப்படிப் பல் தேய்ப்பது, எப்படி உடம்பைச் சுத்தப்படுத்திக்கொள்வது என்பதில் தொடங்கி அடிப்படைச் சுகாதார விஷயங்களையும் கல்வி சார்ந்த விஷயங்களையும் சொல்லித்தரும் அனிமேஷன் படங்கள் அவருடைய லாப்டாப்பில் நிரம்பியிருக்கின்றன. அவற்றைச் சிறுவர்களுக்குத் திரையிட்டுக் காண்பித்து விளக்குகிறார். அப்பா, அம்மா சொல்லிக் கேட்காத பையன்கள், அனிமேஷன் சொன்னால் சமர்த்தாகக் கேட்கிறார்கள்!

அது சரி, இதெல்லாம் இலவசமா?

இல்லை. கிராமவாசிகளை உறுத்தாத அளவுக்குக் கொஞ்சூண்டு கட்டணம் உண்டு.

உதாரணமாக, கிராமத்தில் உள்ள ஒருவர் தன்னுடைய ரத்த அழுத்தத்தைப் பரிசோதிக்கப் பக்கத்தில் இருக்கும் நகரத்துக்குச் சென்று திரும்புவதென்றால் எல்லாச் செலவுகளும் சேர்த்து 200 ரூபாய் ஆகிறது என்று வைத்துக்கொள்வோம், சைக்கிளில் வரும் இன்ஃபோலேடி அதை உங்கள் வீட்டு வாசலிலேயே செய்து தருவார், அதற்குப் பத்து ரூபாய்மட்டும் கட்டணமாகப் பெற்றுக்கொள்வார்.

காசு சிக்கனத்தை விடுங்கள், அலைச்சல் குறைகிறதே. அதனாலேயே பல கிராமவாசிகள் இன்ஃபோலேடீஸை மரியாதையோடு பார்க்கிறார்கள். அவர்கள்மட்டும் இல்லாவிட்டால் அடுத்த ஒன்றிரண்டு நூற்றாண்டுகளுக்குத் தங்கள் கிராமத்துக்கு செல்பேசியும், இன்டர்நெட் சவுகர்யங்களும் வர வாய்ப்பே இல்லை என்பது அவர்களுக்கு நன்றாகத் தெரிந்திருக்கிறது.

ஒரே பிரச்னை, இத்தனை பெரிய பங்களாதேஷுக்கு

இருபத்துச் சொச்சம் இன்ஃபோலேடீஸ்மட்டும் போதாது. இதே சேவைப்பணியில் இன்னும் பலர் ஈடுபட்டால்தான் தேசத்தின் ஒரு கணிசமான பகுதியாவது பலன் பெறும்.

இன்ஃபோலேடீஸ் தங்களுடைய சேவைகளுக்காகப் பெறும் தொகை நமக்குச் சொற்பமாகத் தோன்றலாம். ஆனால் இப்படி ஒவ்வொரு நாளும் பலருக்கு உதவுவதன்மூலம் அவர்கள் கணிசமாகச் சம்பாதிக்கிறார்கள். இதன்மூலம் பல ஆயிரம் கிராமத்துப் பெண்கள் வேலை வாய்ப்புப் பெறும் சூழல் உருவாகியுள்ளது. ஒரே கல்லில் இரண்டு மாங்காய்!

குறைந்த செலவில் நவீன உலகத்தையும் கிராமங்களையும் இணைக்கும் இன்ஃபோலேடீஸ் திட்டம் இப்போது சர்வதேச கவனத்தைப் பெற்றுள்ளது. விரைவில் மற்ற வளரும் நாடுகளிலும் சைக்கிள் மணி ஓசை கேட்கும், பல குடும்பங்களுக்கு அது கோயில் மணி ஓசையாகவே ஒலிக்கும்!

★★★

தெளிவான எழுத்தும் ஆழமான ஆய்வும் நிறைந்த நூல்களுக்காகத் தமிழ் வாசகர்களிடையில் நன்கு அறியப்பட்டுள்ள என். சொக்கன் புனைவு, வாழ்க்கை வரலாறு, நிறுவன வரலாறு, தன்னம்பிக்கை, சிறுவர் இலக்கியம் உள்ளிட்ட துறைகளில் இதுவரை எழுபதுக்கும் மேற்பட்ட நூல்கள், நூற்றுக்கணக்கான கதைகள், கட்டுரைகளை எழுதியுள்ளார். விரிவான ஆய்வுகள், சான்றுகளின் அடிப்படையிலான ஆழமான வரலாற்று நூல்களைத் தமிழில் எழுத இயலும், அவற்றைப் பெரும்பான்மை வாசகர்களுக்குக் கொண்டுசேர்க்கவும் இயலும் என்பதைப் பலமுறை நிரூபித்த எழுத்து வகை இவருடையது.

தமிழ், ஆங்கிலம் ஆகிய இரு மொழிகளிலும் எழுதும் சொக்கனுடைய நூல்கள் ஹிந்தி, கன்னடம், மலையாளம் உள்ளிட்ட பல மொழிகளில் மொழிபெயர்ப்பாகியுள்ளன.

www.ingramcontent.com/pod-product-compliance
Ingram Content Group UK Ltd.
Pitfield, Milton Keynes, MK11 3LW, UK
UKHW042131021026
15589UKWH00003B/758

9 789393 882066